TUYỂN TẬP NHẠC

HOÀNG ANH LƯƠNG

TUYỂN TẬP NHẠC
HOÀNG ANH LƯƠNG

Biên tập: Phan Trần Đức
Dàn trang: Phan Trần Đức & Huy Hoàng
Bìa: Uyên Nguyên Trần Triết
Nhân Ảnh Xuất Bản 2024
ISBN: 979-8-3305-3719-8

MỤC LỤC

Phạm Mạnh Cương – Trò Chuyện Với Nhạc Sĩ Hoàng Anh Tâm 10
Lê Dinh – Đôi Lời Giới Thiệu 11

NHẠC PHỔ THƠ

Ai Chờ Ai Mùa Thu 14
Ai Về Xứ Huế 16
Âm Thầm 18
Anh Đừng Khen Em 20
Anh Hứa Đi Anh 22
Bao Năm Qua 24
Bài Ca Gia Đình Cựu Giáo Chức 26
Biết Em Thủa Mười Lăm 28
Bâng Khuâng 30
Bói Vui Đầu Năm 31
Cây bàng Cuối Thu 32
Bóng Mờ 33
Chèo Ghe Trên Sông 34
Chiều Mưa Bay 35
Chợ Chờ 36
Cho Một Người 37
Chớm Sang Vị Hè 38
Chúc Mừng Năm Mơi 40
Cô Hái Mơ 42
Có Một Người Đợi Tôi 44
Công Cha Nghĩa Mẹ 45
Dân Việt Oai Hùng 46
Dấu Bàn Chân Bỏ Quên 47
Đây Mùa Thu Tới 48
Đêm Buồn 50
Đêm Mưa Nhớ Bạn 52
Đêm nào Bằng Đêm Nay 54
Dọc Đường 55
Đôi Bờ 56
Đôi Ngả 58
Đổi Cả Thiên Thu Tiếng Mẹ Cười 60
Đôi Ta 61
Em Đi Chợ Về 62
Em Vẫn Như Ngày Xưa 64
Em Về Ngang Phố Nhỏ 65

Gặp Bạn	66
Gió Đánh, Gió Đập	68
Gió Thu	70
Giọt Tình Hồng	71
Hang Đá Bê Lem	72
Hành Khúc Tìm Tự Do	74
Hai Mùa Thu Đà Lạt	76
Hành Trình Về Phương Nam	77
Hẹn Về Với Huế	78
Hôn Nhau Lần Cuối	79
Khi Thu Rụng Lá	80
Khi Ta Đang Yêu	82
Kiếp Nào Có Yêu Nhau	83
Kiếp Sau	84
Kỷ Niệm Buồn	85
Lặng	86
Lưu Luyến	87
Lý Con Mèo Con Chuột	88
Mỗi Một Chiều Thu	93
Mưa Chiều nay	94
Mưa Hạ	96
Mùa Thu Trôi	98
Mùa Thu Nhớ	100
Mưa Xuân	102
Một Chiều Thu	104
Một Bước Đi	105
Một Mùa Đông	106
Một Ngày Ta xa Nhau	107
Mùa Thu	108
Mùa Xuân Của Anh	109
Mùa Xuân Qua Mau	110
Mừng Yêu	111
Mười Năm Nhớ Thương	112
Mỹ Tho Quê Tôi	113
Năm Năm Rồi Không Gặp	114
Năm Xưa Tôi Mất Mẹ	116
Nắng Mới	118
Nhớ Trường Xưa	120
Ngâm Thi	122
Ngập Ngừng	124
Những Mùa Đông Đến	126
Ngày Tôi Đi	128
Ngăn Cách	129
Ngày Đầu Tiên Đi Học	130
Nhớ Mẹ Năm Lụt	131

Nhớ Một Chiều Thu 132
Nhớ Nhung 133
Phượng Tím 134
Nhớ Về Đà Lạt 136
Quán Cà Phê Ngày Xưa 137
Sầu Xuân 138
Tết Đến Muôn Nhà 139
Theo Em 140
Thu Ly Hương 142
Tương Tư 144
Tết Về Giữa Mùa Đông 146
Thiết Tha 147
Tình Lặng 148
Tình Yêu 149
Việt nam Quê Hương Ta 150
Vui Họp Bạn 152
Về Thăm Mũi Né 154
Xa Em Rồi 156
Vạn Lý Tình 157
Xóm Vắng 158

NHẠC THIẾU NHI & NHẠC CỘNG ĐỒNG

Bắt Bướm 161
Cái Cò Cái Vạc Cái Nông 162
Bướm Gặp Ong 162
Bé Ngoa Đi Học 163
Bé Yêu 164
Búp Bê Của Em 165
Bói Vui 166
Chơi chuyền Banh 167
Chơi Bóng Chuyền 168
Chơi Đấu Gươm 169
Chời Kéo Dây 170
Chơi Kéo Dây 171
Chúng Ta Là Anh Em 172
Chuồn Chuồn, Cào Cào 173
Con Chim Sáo Sậu 174
Con Cóc Ngồi 175
Con Cò 176
Con Cò Què 177
Con Kiến Kiện Củ Khoai 178
Con Mèo Của Tôi 179

Con Trăn To 180
Con Ve Và Con Kiến 181
Con Voi To 182
Có Ai Bằng Em Đâu 183
Công Cha Nghĩa Mẹ 184
Cố Gắng Học 185
Đêm nào Bằng Đêm Nay 186
Cùng Múa Hát 187
Dân Làng Đón Tết 188
Dân Việt Oai Hùng 189
Đánh Tù Tì 190
Đầm Sen 191
Đến Đúng Giờ 192
Đi Cày 193
Đố Đáp Đúng 194
Đố Vui 195
Đừng Nói Dối Nói Xấu 196
Đường Đến Trường 197
Đường Đi Không Khó 198
Đường Gần Đường Xa 199
Em Học Toán 200
Em Yêu 201
Giờ Chơi 202
Hát bai Hai Bát 203
Hai Con Cò 204
Hát Tặng Một Bài 205
Hoan Hô 206
Hò Khoan Yêu Thưở 207
Hợp Quần Gây Sức Mạnh 208
Không Có Gì Khó 209
Kiến Trong Nhà cá Dưới Ao 210
Kỷ Niệm Tuổi Thơ 211
Làm Cho Xong Việc 212
Lên Thăm Chú Cuội 213
Lý Mèo & Con Chuột 214
Má Ơi Đùng Đánh Con Đau 216
Mâm Cơm Của Mẹ 217
Mừng Sinh Nhật 218
Mừng Tết Trung Thu 219
Nắm Cơm 220
Năng Tập Thể Thao 221
Nếu Cò Bắt Được Lươn 222
Nực Cười 223
Nước Non 224
Ơn Trời 225

Ở Sao Cho Vừa Lòng Người	226
Ô Kìa Các Con	227
Ông Lữ Vui Tánh	228
Ông Trời, Ông Trăng	229
Quạ Vui Với Bạn	230
Ra Đây Xem	231
Răng Trong Răng Trắng	232
Rùa Và Thỏ	233
Sấu, Rắn, Cáo…Ăn Cò	234
Tạm Biệt Nhau Hôm Nay	235
Tập Bơi	236
Tập Tầm Vông	237
Thăm Vườn Thú	238
Thằng Cuội Ngồi Gốc Cây Đa	239
Thú Đi Câu	240
Thú Vui	241
Tìm Bắt Kiến, Gián Dế	242
Tiêngs Dế Reo	244
Trăng Thu	245
Trâu Ơi Ta Bảo Trâu Này	246
Trời Mưa Thì Mặc Trời Mưa	247
Trời Sanh Trời Nuôi	248
Tuổi Thơ	249
Vào Đây Nghe	250
Về Thăm Trường Cũ	251
Việt Nam Của Ta	252
Vỗ Tay Đều	253
Vui Ca Bên Lửa Hồng	254
Vui Gặp Bạn	255
Vui Họp Mặt	256
Vui Lửa Trại	257
Vui Múa Hát	258
Vui Múa Tìm Bạn	259
Vui Mừng Gặp Bạn	260
Vui Tập Thể Thao	261

PHẠM MẠNH CƯƠNG

TRÒ CHUYỆN "THƠ PHỔ NHẠC" VỚI NHẠC SĨ HOÀNG ANH LƯƠNG

Nhạc sĩ Hoàng Anh Lương trao cho tôi xem một tuyển tập Thơ phổ Nhạc mà anh đã hoàn thành trong thời gian gần đây. Tuyển tập khoảng 50 ca khúc do anh phổ nhạc thơ của một số thi sĩ tiền chiến như Huy Cận, J. Leiba, Hàn Mặc Tử, Xuân Diệu, Nguyễn Bính, Lưu Trọng Lư và các nhà thơ đương thời như: Minh Đức Hoài Trinh, Kim Tuấn. Đa số là thơ của thân hữu của anh.

Với các nhà thơ tiền chiến, nhạc sĩ Hoàng Anh Lương chọn những bài thơ mà có lẽ chưa có nhạc sĩ nào phổ nhạc như: Chớm sang vị hè (Xuân Diệu), Đây mùa thu tới, Khi thu rụng lá (Lưu Trọng Lư), Nhớ mẹ năm lụt (Huy Cận), Nhớ một chiều thu (J. Leiba), Nhớ nhung, Sầu xuân (Hàn Mặc Tử)... Tuy nhiên, nhạc sĩ cũng có phổ nhạc vài bài thơ mà các nhạc sĩ khác đã phổ như: Hôn nhau lần cuối (Nguyễn Bính), Kiếp nào có yêu nhau (Minh Đức Hoài Trinh), Kim Tuấn (Chiều mưa bay)...

Nhân dịp này, tôi có trao đổi với nhạc sĩ Hoàng Anh Lương một vài ý kiến về việc phổ thơ thành ca khúc. Trước hết, một bài thơ có thể được nhiều nhạc sĩ phổ nhạc. Thí dụ: bài Đây thôn Vỹ Dạ của Hàn Mặc Tử đã do các nhạc sĩ Phạm Duy, Phạm Mạnh Cương, Võ Tá Hân phổ nhạc, bài Tiếng Thu của Lưu Trọng Lư đã do hai nhạc sĩ Lê Thương và Phạm Duy soạn thành ca khúc. Tháng sáu trời mưa (Nguyên Sa) do hai nhạc sĩ Ngô Thụy Miên và Hoàng Thanh Tâm cùng phổ... Mỗi nhạc sĩ đều có cảm hứng riêng cho cùng một bài thơ.

Tiếp đến, việc phổ nhạc một bài thơ tuy dễ mà khó. Dễ vì lời ca xem như đã có sẵn, nhạc sĩ chỉ cần tìm ý nhạc và điệu nhạc thích hợp để làm tăng giá trị của bài thơ như ta thường nói "Nhạc chắp cánh cho thơ". Điều cần thiết là ý nhạc không gượng gạo, phải mạch lạc, trôi chảy và các hợp âm được kết hợp đúng nhạc lý...

Ngoài ra, có một vài ngoại lệ như với một bài thơ quá dài, nhạc sĩ có thể dùng một số câu hay một vài đoạn chính để tạo thành ca khúc. Cũng có thể mượn ý chính của bài thơ để soạn thành ca khúc. Một đôi khi, nhạc sĩ thay đổi một số chữ của bài thơ cho thích hợp với dòng nhạc... Điều cần thiết là phải tôn trọng linh hồn của bài thơ.

Nhìn chung, ngoài một hai ca khúc dựa vào ý thơ, số còn lại đã được nhạc sĩ Hoàng Anh Lương phổ nguyên bài thơ, không sửa đổi một chữ nào của bài thơ. Nhạc sĩ Anh Lương đã cố gắng dìu ý nhạc của mình theo vần điệu hay luật bằng trắc của câu thơ, chứ không ép lời thơ theo ý nhạc. Nhạc sĩ Lương đã dùng nhiều thể điệu để phổ thơ: Slow, Slow Rock, Tango, Bolero.

Phạm Mạnh Cương

LÊ DINH
ĐÔI LỜI GIỚI THIỆU

Hoàng Anh Lương không phải là một cái tên xa lạ đối với chúng ta vì anh đã viết nhạc từ trước năm 1975. Thuở ấy, trong chương trình Phát thanh Học đường do Trung tâm Học liệu, thuộc Bộ Quốc Gia Giáo dục đảm trách hàng tuần trên Đài Phát thanh Saigon, chúng ta thường nghe những bài nhạc thiếu nhi do Hoàng Anh Lương biên soạn. Những người phụ trách chương trình này là các nhạc sĩ Lê Thương, Hùng Lân, Trầm Tử Thiêng, Vĩnh Phan...

Hàng tuần, ở trong lớp học cũng như ở nhà, các thiếu nhi Việt Nam say mê theo dõi các buổi phát thanh này vì tính cách vừa học, vừa hát hay nói một cách khác, các em "hát mà học, hát mà chơi."

Âm nhạc dành cho lứa tuổi nhi đồng là một món ăn tinh thần cần thiết, không thể thiếu đối với các em. Bởi vậy, trước đây, chúng ta cũng đã có những nhạc sĩ có những sáng tác riêng biệt dành cho các em như Hùng Lân, Lê Thương, Lê Cao Phan, Tống Ngọc Hạp.

Nhưng rất tiếc phần đông những ca khúc dành cho thiếu nhi rất ít được phổ biến rộng rãi trên phương diện in ấn cho nên một số nhiều bài hát loại này đã bị mai một và một sớm một chiều đi vào quên lãng.

Ngày nay, ở hải ngọai, tập nhạc dành cho thiếu nhi thật cần thiết hơn bao giờ hết. Nhờ tập nhạc này, chẳng những qua các bài hát với âm điệu trong sáng, dễ thương, với lời ca dễ nhớ, dễ thuộc để các em rèn luyện tiếng Việt, mà đồng thời tập cho các em không quên những tập tục cổ truyền, những chuyện cổ tích để cao lòng hiếu thảo, các em khắc ghi trong lòng gương hy sinh cao cả của những bậc tiền nhân đã dày công dựng nước và giữ nước, thấm nhuần đạo lý của một nước Việt Nam có hơn 4000 năm văn hiến, qua những câu ca dao, những bài ngụ ngôn còn truyền tụng cho đến ngày nay.

Chúng tôi ước mong tập sách nhạc bài hát sinh hoạt tuổi thơ này của Hoàng Anh Lương sẽ đem đến cho mỗi gia đình Việt Nam ở hải ngoại những niềm vui và mỗi nhà cũng như mỗi cơ sở văn hóa giáo dục, mỗi thư viện Việt Nam đều có tập sách nhạc nhỏ này, để duy trì tiếng nói Việt Nam, văn hóa Việt Nam ở xứ người.

Lê Dinh

Montréal, Xuân Canh Dần (2010)

Nhạc
PHỔ THƠ

AI CHỜ AI MÙA THU

Thơ : Cao văn Quảng
Nhạc : AnhLương-ThiênÂn

♩=65
Slow Rock
S/A
Dm
Nắng ngả vàng mong nhớ.
C
Dm
Ai chờ ai mùa Thu.
Gm
(Gm)
Bên thềm hoa nở biếc.
text
A
A7
Dm
Áo chiều xa sương mù.
A7
(Dm)
Dm
Một lời sao chẳng ngỏ.
F
Ngày muộn rồi qua mau.

A9 Dm Gm Dm
Trên mắt ai giọt lệ sầu. Khúc
D (A11) A F#m Bm
quanh nào khuất nẻo. Sóng nước trôi niềm
F#m Bm D
đau. Nhịp cầu suộng bến vắng. Đêm
Sans acc...
A7 Dm
lạnh gió ngang đầu. Đã bao mùa lá
Dm F F
rụng. Trong tim người lãng du.
(Gm) Gm
Sao mùa xuân đến chậm.
Rall...
A7 Dm Gm Dm6 (33) Fine
Cho buồn lá rừng Thu.

AI VỀ XỨ HUẾ

Thơ : Vô Tình
Nhạc : Hoàng Anh Lương

♩=125
Rumba
Thơ : Vô Tình
Nhạc : HoàngAnhLượng
Ai về xứ Huế cho tôi nhắn. Em
gái tôi xưa bỏ tóc thề. Vành nón nghiêng
nghiêng tà áo trắng. Cho tôi ngơ ngẩn trộm đê mê.
Anh qua Quốc Học, em Đồng Khánh. Thừa Phủ, Văn
Lâu bến đợi chờ. Hai đứa nhìn nhau trong nín lặng
Tình yêu năm tháng đến không ngờ. Trường
anh gang tấc cách trường em. Lên gác trông sang để ngóng tìm. Thấp
thoáng bóng ai cùng đáp lại. Cơ hồ xao xuyến rụng con tim. Có

D A9 A7 D 3 D
lần em hỏi mần răng hí. Anh biết chi
A7 D A7 D A7 D A7
mô để trả lời. Thành Nội, Cửa Ngăn chừng mấy bước
D Bm7 A9 3 D
Mà nay cách trở vạn trùng khơi. Ai về xứ
A9 D 3 D A7 D A7
Huế cho tôi hỏi. Em gái tôi xưa đã lấy chồn
D D A9
Duyên nợ trái ngang người một ngả. Có còn nhớ
D D (90)
gã Quảng Nam không.

ÂM THẦM

Ý thơ : Hàn Mặc Tử
Nhạc :Hoàng Anh Lương

VALSE
Từ gió xuân đi gió hạ về. Anh thường
gửi gắm mối tình quê. Bên em mỗi lúc trên đường cái.
Hóng mát cho lòng được thỏa thuê. Bên khóm thùy dương em
thướt tha. Bên nầy bờ liễu anh nhìn qua. Say mơ
vương phải mùi hương ướp. Yêu cái môi hường chẳng nói
ra. Độ ấy xuân về xuân qua em chóng lớn lên.
Thấy anh em đã biết biết làm duyên. Nhưng rồi thời gian
vẫn trôi vẫn trôi đi mãi. Yêu dấu lòng anh ôm nỗi
sầu riêng. Từ nắng thu qua, nắng hạ về.

Âm thầm tưởng nhớ mối tình quê. Tương tư hình bóng em ngày
ấy. Dấu kín bên lòng sầu tái tê. Em có
ngờ đâu trong những đêm. Trăng ngà giãi bóng lên hồ êm.
Anh đi thơ thẩn hồn theo gió. Hứng lấy hương nồng trong áo
(21)

ANH ĐỪNG KHEN EM

Rumba Bolero

Thơ : Lâm thị Mỹ Dạ
Nhạc:AnhLương-ThiênẤn

(33)
♩=110
D
Lần đầu khi mới làm quen. Anh
G
khen cái nhìn em đẹp. Trời mưa hòa cơn nắng
D A9 A7
đến. Anh khen đôi má em hồng. Thấy
Bm D G
em sợ sét, né giông, Anh khen sao mà hiền
D
thế. Thấy em nâng niu con trẻ, Anh
A9 D
khen em thật dịu dàng. Hãy

Dm Gm 3 Dm
chỉ cho em cái kém, Để em nên
A7 3
người tốt lành. Hãy chỉ cho em cái xấu
Gm F Dm
Để em chăm chút đời anh. Anh
D G 3
ơi anh có biết không. Vì anh em buồn biết
D
mấy. Tình yêu khắt khe thế đấy, Anh
A7 3 D (33) Fine
ơi anh đừng khen em.

ANH HUA DI ANH

Ý thơ : Mai Đình
Nhạc : Hoàng Anh Lương

RUMBA
D A A7
Em đã yêu anh đến dại người. Lòng
G D A
em ngày tháng dễ nào nguôi. Yêu anh trên
D Bm F#m F#m7
hết tình yêu mến. Và sẽ yêu
B7 E A D
anh suốt một đời. Em đã yêu
A D G
anh lúc anh lâm chung. Mới thấy tình
D A A6 F#m7
em yêu lạ lùng. Rải khắp bầu

2
A7-9 Bm A9
trời e chưa lấp. Mong anh lành
Bm7 D Dmaj7 F#m
mạnh mới đáng công. Anh lành anh sẽ tặng em
A9
chi. Tặng cả đời anh cả hồn thi. Với
E7 A9 F#m D
cả những gì anh ước vọng. Cả hồn cả xác cả tình
D D A A7
si. Anh hứa đi anh hứa một lời. Tình
G D A7
ta bền chắc chẳng hề vơi. Yêu em yêu
D Bm F#m F#m7
với tình say đắm. Và hứa yêu
A9 D Fine
em suốt một đời.

BAO NĂM QUA

♩=120

Thơ: J. Leiba

Rumba Bolero

Nhạc:AnhLương-ThiênÂn

Am C C
Mồng một vui xuân em ước mơ. Em
Am C Am Dm
mười lăm tuổi tính còn thơ. Anh em còn
Em7 Am Am7 Dm
cãi nhau như trẻ. Em dỗi, anh
G9 G7 C Dm7
nhìn dạ ngẩn ngơ. Mồng hai, anh lễ Tết nhà
G C6 Am Am
em. Em đứng nhìn anh, nấp bóng rèm. Mười
C G7 C Am Dm
sáu xuân rồi anh đã lớn. Yêu anh em
F C Am Am
biết nói gì hơn! Xuân nay, xuân trước cách bao rồi?
3

G7 C Am
Nhớ buổi xuân nào, tiếc phút vui. Em ước đôi
Em7 Am G7 D7 G
ta cùng bé lại. Vui xuân được gặp với nhau thôi! Ngày
C Am7 C G Em
nay nhớ lại buổi vô tình. Anh lặng yêu
Am7 Am Esus4
em, em lặng thinh. Rồi nữa xuân qua, xuân lại
Am7 G7 C F
lại. Biết rằng sau có vẹn ba sinh?
C6 Fine

BÀI CA GIA ĐÌNH CỰU GIÁO CHỨC

Nhạc&Lời:Hoàng Anh Lương

Nhạc dạo
Dm
F
Gm
A7
Vui tươi
D
A7
Gặp nhau nơi đây mình thầy cô giáo xa nhà.
Ngày hôm nay đây họp thầy cô khắp nơi về.
D
A7
Thân giao kết nhau xin đừng bao giờ cách xa.
Hân hoan đón nhau sau thời gian dài vắng xa.
D
A7
Gặp nhau hôm nay mình thầy cô giáo ly hương.
Nguyện ra công xây dựng lại cho nước non ta,
D
A7
D
Dm
Gm
Ôi vui xiết bao khôn lường.
cho dân khắp nơi an hòa.
Nhớ đừng quên rằng
Nhớ đừng quên thầy
Nhớ đừng quên người

Dm
Bb
A7
fff
ta là người Việt Nam. Và nhớ đừng quên quê
cô nghèo ở Việt Nam. Cùng quyết dạy cho con
dân nghèo ở Việt Nam. Thề quyết dẹp quân xăm
D
D
3
hương đất nước Việt Nam. Dù cho xa xôi hẹn gặp nhau
em biết tiếng Việt Nam. Đừng quên dân ta thuộc dòng con
lăng chiếm đất Việt Nam. Cuộc vui hôm nay nào được vui
A7
D
A7
mỗi năm về. Năm châu cách xa nhưng tình ta nào cách xa.
cháu Tiên Rồng. Bao phen đánh tan Tây Tàu tham tàn thoát giông
mãi lâu dài. Anh em mến nhau ra về trong lòng khó phai.
D
3
A7
Ngồi chung bên nhau trò chuyện ăn uống vui ca.
Thầy cô ta lo bảo tồn văn hóa xưa nay.
Thầy cô ta ơi mình còn vui hết hôm nay.
D
A7
3
D
(3)
Nâng ly chúc nhau an hòa.
Cho con cháu ta sau nầy.
Mong mai mốt ta sum vầy.

BIẾT EM THUỞ MƯỜI LĂM (I)

Thơ : Dương Kiền (1939)
Nhạc: AnhLương-ThiênÂn

Rock

♩ =120
D
Biết em thuở mười lăm. Môi
A7 D G
em mới chớm hồng. Tóc chưa đầy nửa búi.
G A7
Trời trong trong mắt trong. Rồi
Bm D A7 D
em mười sáu tuổi. Anh cho chiếc khăn
Bm F#m7 Bm
hồng. Em buộc lên mái tóc. Trời

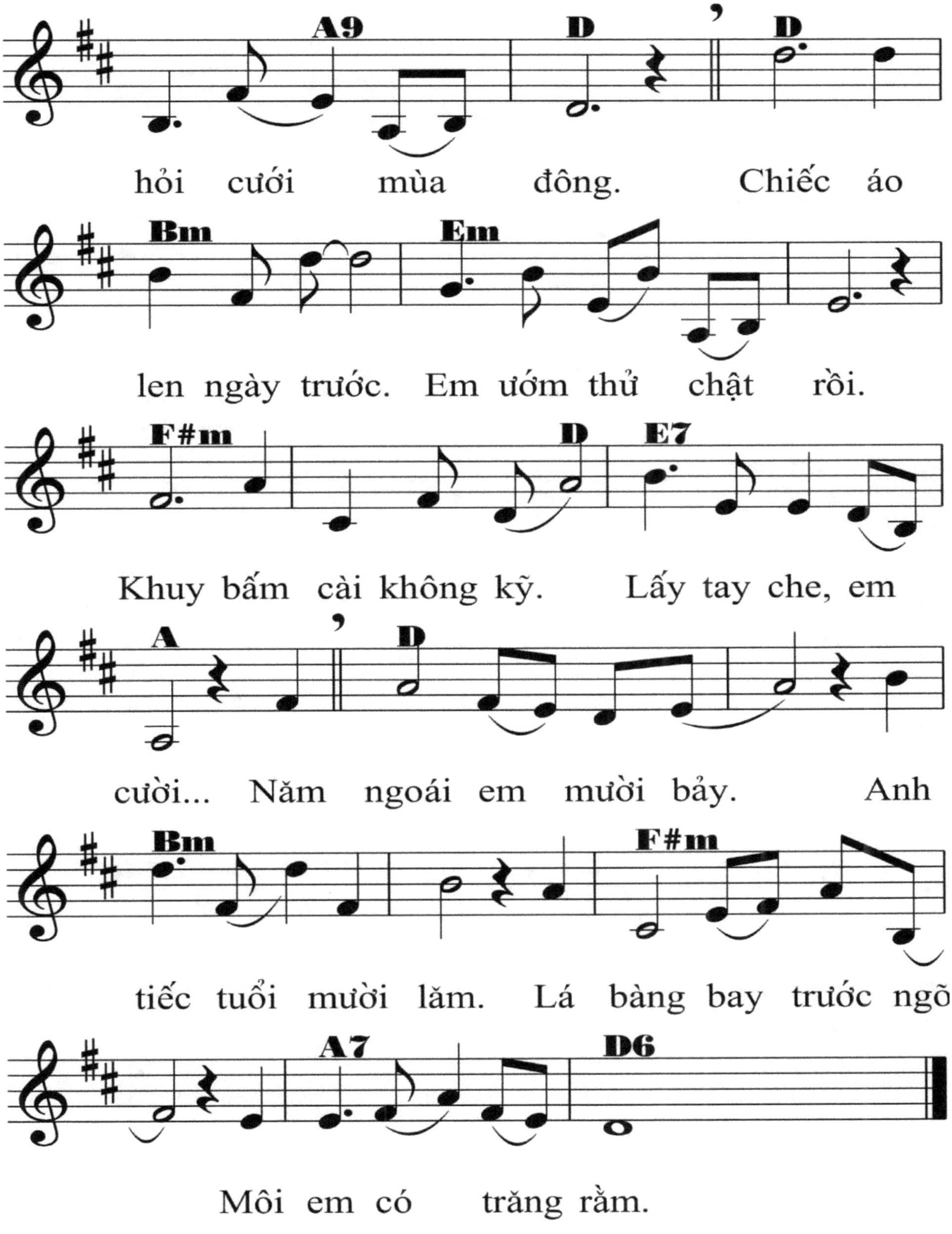
A9 D D
hỏi cưới mùa đông. Chiếc áo
Bm Em
len ngày trước. Em ướm thử chật rồi.
F#m D E7
Khuy bấm cài không kỹ. Lấy tay che, em
A D
cười... Năm ngoái em mười bảy. Anh
Bm F#m
tiếc tuổi mười lăm. Lá bàng bay trước ngõ
A7 D6
Môi em có trăng rằm.

BÂNG KHUÂNG

♩=120
Tango

Thơ: Dương Xuân Định
Nhạc: HoàngAnhLương-ThiênÂn

Một chút hồng của nắng. Một chút xanh của mây.
Thêm em tà áo trắng. Cho lòng anh ngát say.
Một chút màu của lá. Một chút hương của hoa.
Môi em cười đẹp quá. Gợi mùa thu tím xa.
Cho nhau ngàn nỗi nhớ. Gửi vào bao giấc
mơ. Nắng thu vàng muôn thuở. Anh thương em đợi
chờ. Bài thơ tình anh viết. Theo thời gian đầy vơi.
Nhưng nét nhìn tha thiết. Sẽ theo anh trọn đời.
FINE

BÓI VUI ĐẦU NĂM

(Ca Dao Việt Nam)

Valse

Nhạc:HoàngAnhLương

C F C
Số (Cô,Em,Anh,Ông...) chẳng giàu thì nghèo. Ngày ba mươi
Am6 D7 G C F Am7
Tết có thịt treo trong nhà. Số cô có mẹ, có cha.
Em7 G7 C C
Mẹ cô đàn bà còn cha cô đàn ông. Số cô có
F Am G7 Am7 C
vợ, có chồng. Sinh con đầu lòng chẳng gái thời trai.
F Dm Dm7 G
Xuân đã về rồi mọi người đều nô nức đón xuân.
G7 C G7 C G7 C Fine
Xuân Bính Thân nầy mọi nhà vui đón Tết tưng bừng.

CÂY BÀNG CUỐI THU

♩=80
VALSE
Thơ : Nguyễn Bính
Nhạc: HoàngAnhLương
Am
Thu đi trên những cành bàng. Chỉ
C Am E7 C
còn hai chiếc lá vàng mà thôi. Hôm qua đã
D7 G E7
rụng một rồi. Lá theo gió cuốn ra ngoài sơn
Am A F#m
thôn. Hôm nay lá thấy, lá thấy tôi buồn.
E7 A
Lìa cành theo gió lá luồn qua song.
Am
Hai tay ôm lá vào lòng. Than
C Am E7 C
ôi chiếc lá cuối cùng là đây! Quạnh hiu như
D7 G E7
tấm thân nầy. Lại âm thầm sống những
Am6
(25) FINE

BÓNG MỜ

♩=65

Thơ:Ng.t.Thanh Nhã(1937)
Nhạc:AnhLương-ThiênÂn

Ballad
Dm F Dm
Người đã qua đời tôi. Một thoáng đẹp qua rồi.
Am7 Am Dm A7
Nay đường hai lối rẽ. Chỉ còn thương nhớ thôi.
Dm7 F Bb Gm Dm
Dòng đời nhiều đổi thay. Nào ai biết ngày mai.
Am7 F C Am7 DmGm
Qua bao mươi năm dài. Tình nào không nhạt phai?
D Sans acc... D D6.9
Hai mươi mấy năm dài. Hình xưa vùi mộ
Bm E7 A Ad lib. A7 Sans acc...
cỏ. Chỉ còn mây trắng bay. Nhưng vết thương còn đó... Hoa nào không tàn
F Bb Gm Dm Am7 F
héo. Hương sắc nào không phai. Tháng năm trôi dần mãi.
C Rall... Am7 Dm Dm6 (33) Fine
Tôi, người ai trách ai?

CHÈO GHE BÊN SÔNG

Ca Dao V.N
Nhạc:HoàngAnhLương

Nhanh Vui
Chèo ghe đi bẻ búp bần. Chèo lại cây bần hái trái bần
ăn. Chèo ghe bẻ bắp bên sông. Bắp chưa có trái bẻ bông chèo về. Chèc
về gặp mt thằng hề. Xin ba trái bắp đem về cho con. Tang
tang tang tính tang tang tình. Tang tang tang tính tang tang tình. Tang
Rall...
Fine
tang tang tính tang tang tình. Tang tình tang tính tính tang tang.

CHIỀU MƯA BAY

♩=50
Tango
Thơ : Kim Tuấn
Nhac:AnhLuong-ThiênAn
Sân ga chiều mưa bay. Nhìn em không dám nói.
Tình riêng dìu nhau sầu. Cầm tay em giá lạnh.
Sân ga chiều mưa mau. Trời không thương hai đứa.
Mưa giăng mờ chuyến tàu. Làm sao còn thấy nhau. Tàu
đi tàu đi người ở lại. Buồn rưng rưng phương nầy. Tàu đi tàu đi sầu để
lại. Ga nhỏ còn mưa bay. Sân ga còn mưa lâu. Mưa sao bằng nước
mắt. Chiều đưa em lên tàu.. Giờ đâu còn thấy nhau.
Rall...
(33)
Fine

CHỢ CHỜ

Thơ: Đinh Vũ Ngọc

Nhạc:AnhLương-ThiênÂn

FOX
♩=95
Am
Dm
E7
Chợ Chờ, em chẳng chờ. Anh về trưa tan chợ. Tìm em đến ngẩn
Am7
Em
Am
ngơ. Nắng buông chiều quang họ. Sao để em mãi đợi. Chợ Chờ trưa đã
Dm
E7
Dm E7
Am
A
tan. Trầu xanh tay em hái. Đợi anh đã úa vàng. Chợ Chờ
E9
A
E7
ngày xưa ấy. Anh lỡ hẹn một lần. Sông Cầu lơ thơ chảy
E7
Am
Qua rồi bao mùa xuân. Anh lại đến chợ Chờ. Đâu
Dm
E7
Am
(33)
bóng hình em xưa. Chợ Chờ trưa tan chợ. Mình anh đứng thẫn thờ...

CHO MỘT NGƯỜI

Thơ : Anh Ngọc (1943)
Nhạc:AnhLương-ThiênÂn

♩=70
Rumba Bolero

Am
Dm
E7
Tiễn người ra cửa rồi. Tôi quay vào lặng lẽ. Tiễn người ra cửa rồi. Tôi
B7
Em
Am
Dm
cảm thấy cô đơn. Khi người không yêu ta. Buồn đã đành một
E7
Am
Am
C
lẽ. Khi ta không yêu người. Sao cũng buồn đến thế. Như đánh mất điều
Em
G
Em
B7
gì. Lòng bâng khuâng khó tả. Như thể mác nợ ai.
E
Em
Am
Món nợ không thể trả. Bởi đơn giản thế thôi. Biết làm sao nói được.
E7
(33)
Am6
Khi người thì yêu tôi. Còn tôi yêu người khác.

CHỚM SANG VỊ HÈ

Thơ: Xuân Diệu
Nhạc: AnhLương-ThiênÂn

BOSTON
♩=70
D
Bm
A7
Bm7
G
Đường tình đã nở hoa
xoan. Lao xao gió gợn, hân hoan lá chờ.
Trên cao ngan ngát hương đưa.
Em ơi, tim tím mơ mờ chùm hoa..
Nhẹ nhàng, nhẹ nhàng gió
thổi tháng ba. Trong hơi thanh mát có

A7 G A7
hòa nồng say. Xuân còn, xuân còn hè
G D A7
đã thoảng bay. Một niềm xa vợi ngất
D D Bm
ngây khí trời. Tình yêu muôn thuở em ơi!
A7 Bm A7
Hôm nay lại đượm hương đời, màu xoan
G D
Ý xuân trong lúc chứa chan.
A7 Rall... D
Tình đôi ta lại chớm sang vị hè...
(33)
Fine

CHÚC MỪNG NĂM MỚI

♩=120
RUMBA-BORERO

Lời : Thu Hà sưu tầm
Nhạc:AnhLương-ThiênÂn

C Am Dm Am
Xuân về xin tiển tiết đông qua. Năm
G7 C Am Dm
Hợi* pháo nổ vang mọi nhà. Chúc mừng già
Am C
trẻ nhiều sức khỏe. Cùng nhau đón
Am7 G7 C Am
Tết cất lời ca. Xuân về rực rỡ nắng chan
Am C6 Am C F
hòa. Tết đến trẻ em vui múa ca. Lời chúc đầu
F Am7 G7 C
năm trân trọng nhất. Gởi đến bao người khắp gần xa.
Am 3
Xuân Kỷ Hợi* nầy hơn mấy xuân qua. Phước

Dm C G7 Am
3
Lộc đua nhau đem đến tận nhà. Đôi lời chúc thêm, chúc trong năm
E7 Am C
mới: Vạn sự an lành trên đất nước ta. Chúc mừng năm
F Am Am Dm7 G
mới tốt mọi điều. Gia đình hạnh phúc trọn niềm yêu.
G7 F F Am7 G7
An khang thịnh vượng xuân như ý. Tiền bạc dư
G9 C6 Fine
thừa thoải mái tiêu.

CÔ HÁI MƠ

Thơ : Nguyễn Bính
Nhạc : Hoàng Anh Lương

♩=120
Thơ thẩn rừng chiều một khách thơ. Say
nhìn xa rặng núi xanh mờ. Khí trời trong sáng và êm
ái. Thấp thoáng rừng mơ cô hái mơ. Hỏi
cô con gái hái mơ già. Cô chửa về ư đường còn xa.
Mà ánh chiều hôm dần sắp tắt. Hay
cô ở lại về cùng ta. Nhà ta ở dưới gốc cây
3
3
3

dương. Cách động Hương Sơn nửa dặm đường. Có
suối nước trong tuôn róc rách. Có hoa bên suối ngát đưa
hương. Hỡi cô con gái hái mơ ơi. Không
trả lời nhau lấy một lời. Mà cứ lặng đi rồi khuất
♩=90 ♩=70 ♩=30 ♩=30 ♩=120 (90)
bóng. Rừng mơ hiu hắt lá mơ rơi.

CÓ MỘT NGƯỜI ĐỢI TÔI

♩=100 Rumba Bolero

Thơ : PhanLạcGiangĐông
Nhạc:AnhLương-ThiênÂn

3
Dù ngày qua ngày tới.
Cành rụng lá đâm chồi.
Hoa đổi mùa hoa mới.
Người đợi còn đợi tôi.
Dù bạn bè cùng lứa.
Đã lựa đôi vào đôi.
Dù bao chàng tới cửa.
Người đợi còn đợi tôi.
Đôi ba người con gái.
Đã tặng tôi lời yêu.
Nếu họ đòi cả lại.
Tôi cũng chẳng buồn nhiều.
Tôi đi. Và tôi biết.
Tôi yêu vào cuộc đời.
(33)
Dù tôi đến chậm nhất.
Người đợi còn đợi tôi...

CÔNG CHA NGHĨA MẸ

Boston
Lời : Ca Dao Việt Nam
Nhạc : Hoàng Anh Lương
Dm Dm F
Bao năm gian khó nuôi nấng chúng ta. Mẹ Cha công lớn hơn là Đại
Dm F Dm Dm7 Gm Dm7 Am7
dương. Mẹ dạy ta hiền hòa. Mẹ dạy ta nết na. Cha dạy ta yêu nước, yêu
C7 F Dm F Dm
nhà Việt Nam. Khi tuổi còn bé thơ. Ta nào có biết đâu. Cha Mẹ thương
Gm Dm Am7 Dm F Dm Am7
con như biển Hồ lai láng. Khi tuổi tròn ước mơ. Ta nào có thấy đâu.
C7 F Dm A7 Dm Dm
Cha Mẹ nuôi con không tính tháng không tính ngày. Công Cha to lớn như
Dm F Dm
núi Thái sơn. Nghĩa Mẹ như nước trong nguồn chảy ra.
F Dm Dm7 Gm Dm7 Am7 C7
Một lòng ta thờ Mẹ. Một lòng ta kính Cha. Cho tròn chữ hiếu mới là đạo
F (33)
con.

DÂN VIỆT OAI HÙNG

-NguyễnNgọcQuan
-HoàngAnhLương-

(Hùng mạnh)
-Lê Lợi, Quang Trung xây giang sơn lo chống quân thù.
-Dân Việt Nam ta qua bao phen chiến đấu không ngừng.
-Dân Việt Nam ta không nhơ danh con cháu Tiên Rồng.
-Hơn ngàn năm qua quân dân ta lo đánh quân Tàu.
Không nệ nguy nan xông pha ra sa trường cứu nước. Toàn
Dân Việt Nam ta luôn luôn lo trau dồi trí đức. Vì
Dân Việt Nam ta luôn hy sinh lo gìn giữ nước. Tổ
Sau gần trăm năm quân dân ta lo diệt quân Pháp. Ngày
dân ta hy sinh cương quyết đem thân nam nhi ra gắng
tương lai quê hương. Ta quyết tâm ra biên cương ngăn chống
tiên ta hiên ngang đem máu xương xây giang san. Nay chúng
mai non sông ta tươi sáng hơn, vinh quang hơn. Dân chúng
3
(4)
công lo xây đắp Sơn Hà.
quân xâm lăng nước non nhà.
ta yên vui sống an lành.
ta luôn vui sống thanh bình.

DẤU BÀN CHÂN BỎ QUÊN

Thơ: Đinh Vũ Ngọc

Nhạc: AnhLương-ThiênÂn

♩=130
FOX

Am
Em đi về vội vã. Bỏ quên dấu bàn chân. Biển chiều tung sóng liến
Am
Anh nhìn mà phân vân. Làm sao anh ngăn được, Sóng biển đầy đam
Dm
mê? Làm sao anh gói được, Dấu chân em mang về.
Lòng anh và lòng biển. Cả hai đều yêu em. Tình anh thì sâu lắng. Tình
biển thì mênh mông. Chiều nay em tắm biển. Biển hôn em chiều
nay. Anh làm sao như biển. Ôm em trong vòng tay? Em đi về vội vã.
Dm
Chẳng nhìn nhau một lần. Em đi về vội vã. Bỏ quên dấu bàn
chân!

ĐÂY MÙA THU TỚI

Thơ : Lưu Trọng Lư
Nhạc:AnhLương-ThiênÂn

♩ =65
Slow Rock

Dm
Rặng liễu đìu hiu đứng chịu tang.
Gm
Tóc buồn buông xuống lệ ngàn hàng.
Dm
Đây mùa thu tới, mùa thu tới.
A7
Với áo mơ phai dệt lá vàng.
Dm
Trong vườn sắc đỏ rũa màu xanh.
(Gm)
Gm
Hơn một loài hoa đã rụng cành.
A7
Những luồng run rẩy rung rinh lá.
Dm
D
Đôi nhánh khô gầy xương mỏng manh.
Bm
D
A
Thỉnh
A7
G
thoảng nàng trăng tự ngẩn ngơ. Non xa khởi sự nhạt sương
mờ. Đã nghe rét mướt luồn trong gió. Đã

D
A7
3
D
3
vắng người sang những chuyến đò. Mây vấn từng không, chim bay
Dm
3
Gm
đi. Khí trời u uất hận chia ly.
3
(A7)
A7
Ít nhiều thiếu nữ buồn không nói.
3
Dm
Tựa cửa nhìn xa nghì ngợi gì. Dây mùa thu
F
Dm
(70)
FINE
tới. Mùa thu tới.

ĐÊM BUỒN

♩=75
-Chậm Buồn- (Ca Dao V.N.) - Nhạc : Hoàng Anh Lương -

Đêm qua ra đứng bờ ao. Trông cá cá lặn ôi trông
sao sao sao mờ. Buồn trông con nhện giăng tơ.
Nhện ơi nhện hỡi ơ nhện chờ chờ mối ai. Buồn trông chênh
chếch sao mai. Sao ơi sao hỡi ớ nhớ ai sao sao mờ.
Đêm đêm tưởng dải Ngân hà. Bóng sao Tinh đẩu đã
ba năm tròn. Đá mòn nhưng dạ chẳng mòn.
Tào khê nước chảy vẫn còn còn trơ trơ. Đêm nay ra

Dm7 Am Am7 Am E7 Am
đứng bờ ao. Trông cá cá lặn ôi trông sao sao sao mờ.
E7 Em7 E7 Em7
Buồn trông con nhện giăng tơ. Nhện ơi nhện hỡi ơ nhện
G D7 G Em Am Am9 E7
chờ chờ mối ai. Buồn trông chênh chếch sao mai.
B7 B7 Em B7
Sao ơi sao hỡi ớ nhớ ai sao sao mờ. Sao ơi sao
B7 E E7 Rall...
hỡi ớ nhớ ai sao sao mờ. Sao ơi sao hỡi ớ nhớ
Am6
ai sao sao mờ.

ĐÊM MƯA NHỚ BẠN

Thơ : Hương Thủy
Nhạc : Anh Lương - Thiên Ân

♩ = 90
Valse
C Am
Mưa gió đêm nay lạnh quá nhiều. Thư
G7 C Am
phòng thêm cảm nỗi cô liêu. Hoài công chờ đợi
C Am Am
người không đến. Rầu rì bên thềm nhớ tới
E7 C Am7 Am
em. Tương tư thao thức suốt canh trường.
E7 Am6 E7
Tràn ngập lòng ta vạn nhớ thương.
Am7 Am C Am
Biết cùng ai ngỏ niềm tâm sự?
Cmaj7 Em E7 Am Am7
Một mối u tình giải tuyết sương.
C Am7 G7 C Dm
Mong giấc Vu san mộng chẳng thành. Thức ngàn đêm

Dm7 Gm G Em
trắng đợi ba sinh. Chương đài đâu
G D7 G
đó còn xanh liễu. Trăng nước Tầm Dương dệt mộng tình.
Gsus4 C Am
Gió lạnh mưa ngừng đêm đã qua. Hồn
Em7 Am9
say bừng tỉnh giấc mơ hoa. Gió mưa chưa ngớt
C Em Em7 G G7
3
lòng đây ngự. Em ở bên trời có nhớ
C C6
(33)
Fine
ta.

ĐÊM NÀO BẰNG ĐÊM NAY

Thơ : Chế Vũ (1931)
Nhạc:AnhLương-ThiênÂn

♩=100
Rumba Bolero
Dm
Đêm nào bằng đêm nay. Anh buồn chờ em mãi.
Gm F
Đợi em mà như say. Trách trời sao vắng gió. Gió thổi anh về
F Gm
đâu? Qua sông không có cầu, Hai bờ không xa lắm.
Dm Dm
Chẳng lẽ đứng chờ nhau. Biết tìm em ở đâu? Chưa
F Gm A7
chi mà đã sầu. Bởi chưng lòng quá rộng. Muốn thời gian qua
Dm Dm Gm F
mau. Đêm nào bằng đêm nay. Buồn không bao giờ cười.
Gm A7 Dm6
(20)
Anh nghe tình lắng xuống. U buồn không hết nguôi.

DỌC ĐƯỜNG

Thơ : Thế Viên
Nhạc : Hoàng Anh Lương

♩=50
Tango
Em ở miền Nam mây trắng bay. Đồng xanh bát ngát tóc buông đầy.
Mận đào hồng ửng lên đôi má. Muôn nẻo em về hoa nhẹ lay.
Anh ở miền Trung xứ cát dừa. Sông Hương núi Ngự đọng buồn xưa.
Bút nghiên đốt sạch theo chinh chiến. Trôi dạt vào Nam gối giấc mơ.
Rồi cứ có những chiều anh gặp em Ngơ ngẩn anh
về thức trắng đêm. Thương nhớ yêu nhau rồi chưa ước hẹn. Anh
vội lên đường quên giấc mơ. Anh bốn phương trời em một phư
Gặp nhau từ buổi biết yêu đương. Sông hồ cách biệt xa đôi ngã.
Em ở miền Nam anh dọc đường.

ĐÔI BỜ

Thơ:Quang Dũng(1921)
Nhạc:AnhLương-ThiênÂn

♩=110

Rumba-Bolero
Thương nhớ ơ hờ, thương nhớ ai? Sông
xa từng lớp lớp mưa dài. Mắt kia em
có sầu cô quạnh. Khi chớm thu
về một sớm mai? Rét mướt mùa
sau chừng sắp ngự Bên này em
có nhớ bên kia? Giăng giăng mưa
bụi qua phòng tuyến Quạnh vắng chiều
sông lạnh bên Tê. Khói

A
3
F#m
thuốc xanh dòng khơi lối xưa. Đêm
E7
A
3
đêm sông Đáy lạnh đôi bờ. Thoáng
F#m
E7
3
hiện em về trong đáy cốc. Nói
E9
3
A
Am
cười như chuyện một đêm mơ. Xa quá em,
C
anh người mỗi ngả Bên này đất
Am
C
3
Am
E7
nước nhớ thương nhau Em đi áo
mỏng buông hờn tủi Dòng lệ thơ
Am6
(30)
Fine
ngây có dạt dào.

ĐÔI NGẢ

Vô Tình
Nhạc : Hoàng Anh Lương

=120
3
Ai về xứ Huế cho tôi nhắn. Em
gái tôi xưa bỏ tóc thề. Vành nón nghiêng
nghiêng tà áo trắng. Cho tôi ngơ ngẩn trộm đê mê.
Anh qua Quốc Học em Đồng Khánh. Thừa
Phủ, Văn Lâu bến đợi chờ. Hai đứa nhìn
nhau trong nín lặng. Tình yêu năm tháng đến không ngờ.

Trường anh gang tấc cách trường em. Lên gác trông sang để ngóng
tìm. Thấp thoáng bóng ai cùng đáp lại. Cơ hồ xao xuyến rụng con
tim. Ai về xứ Huế cho tôi hỏi.
Em gái tôi xưa đã lấy chồng. Duyên nợ trái
ngang người một ngả. Có còn nhớ gã Quảng Nam khôn
(2)

Đổi Cả Thiên Thu Tiếng Mẹ Cười

Trần Trung Đạo

Hoàng Anh Lương

Dm
Nhắc chiếc phone lên bỗng lặng người Tiếng ai như tiếng lá thu
F Dm
rơi Mười năm Mẹ nhỉ, mười năm lẻ
A7
Chỉ biết âm thầm thương nhớ thôi Tiếng Mẹ nghe như tiếng nghẹn
Dm F
ngào Tiếng Người hay chỉ tiếng chiêm bao Mẹ xa xôi quá làm sao
A7 Dm D
với Biết đến bao giờ trông thấy nhau Đừng khóc Mẹ ơi hãy ráng
D A7 G Em
chờ Ngậm ngùi con sẽ dấu trong thơ Đau thương con viết vào trong
Bm A9 Dm
lá Hơi ấm con tìm trong giấc mơ
Dm
Nhắc chiếc phone lên bỗng lặng người Giọng buồn hơn cả tiếng mưa
F A7
rơi Ví mà tôi đổi thời gian được Đổi cả thiên thu tiếng mẹ
Dm6
cười

ĐÔI TA

Thơ: Cao Quảng Văn
Nhạc: AnhLương-ThiênÂn

♩=50

Tango
Am
Em như dòng suối mát. Anh như luồn gió mát.
E7 E
Đôi ta hòa tiếng hát. Ru tình ta ngọt ngào.
Am C
Em như dòng suối mát. Ru tình ta ngọt ngào.
E7 Am
Em êm đềm tiếng hát. Cho đêm đầy trăng sao.
A D
Ước gì anh là nắng. Mơ màng hương tóc em.
A E7 A
Ước chi em là gió. Vỗ về anh giấc mềm.
Am C
Ta mở lòng với nắng. Hồn nhiên mà mê say.
E7 Am
Xôn xao chiều lá cỏ. Thu(Xuân.Đông...) về em có hay?
(33)

EM ĐI CHỢ VỀ

Ý Thơ : Hoa Phương
Nhạc: Hoang Anh Lương-Thiên Ân

♩=50
Tango
Em
Từ chợ em ra về. Quanh co con đường
Am
D7
G
quê. Trời thu mưa lất phất.
D7
B7
Anh nhìn em đê mê. Dừng chân tà áo
Em
(Am)
Am
lụa. Cho anh trao bài thơ.
(B7)
B7
Tương tư anh dệt mộng.

Bm7 G
Rảo bước em hững hờ...! Tìm đường hoa mắc
3
Em D7 G
cỡ. Sau em có bóng người.
3
B7 3 Em B7 3
Dõi theo cười khúc khích. Về đi thôi anh ơi!
B7 Em
Ngõ nhà em anh nhớ.
Am D7
Tiếc hoài một bài thơ. Những lần em đi
G D7 G
chợ. Thư lén đến bao giờ?

EM VẪN NHƯ NGÀY XƯA

Thơ:TrầnNgọcThụ.1934
Nhạc : HoàngẠnhLương

TWIST
Em vẫn như ngày xưa. Mùa xuân về náo nức. Hoa gọi nắng xôn xao.
Bao nụ mầm mong ước. Em vẫn như ngày xưa. Mắt đen nhìn đong
đưa. Nét cượi sau vai áo. Tay mềm thon búp tơ.
Dù thời gian có chia phôi. Dù đường dài có xa xôi.
Em vẫn vẫn như ngày xưa. Mến yêu anh luôn trọn đời.
Em vẫn như ngày xưa. Khơi nồng bao ý thơ. Cho lòng ai hát
mãi. Đến bao giờ bao giờ. Mùa xuân, xuân sang rồi.
Rall...
Nhìn hoa em trao lời. Như ngày xưa em nói. Mãi yêu anh trọn
FINE
đời.

EM VỀ NGANG PHỐ NHỎ

Nhạc : Hoàng Anh Lương
Thơ : Lê Vĩnh Cương

Fox
♩=110
Em về ngang phố nhỏ Dịu dàng tà áo bay Nắng
Am
chiều ưng ửng đỏ Đôi má hồng thơ ngây Em về nghiêng phố
Am
nhỏ Ôm nghiêng cặp vở đầy Trời chiều hiu hiu gió Bềnh
3
bông may trang bay Em về ngang phố nhỏ Bàn chân son vai gầy
3
Am
Mang về bao nhung nhớ Tiếng tơ chùng đêm nay Em về ngang phố
Am
nhỏ Thời gian theo từng ngày Mà hồn anh cứ ngỡ Như
(26)
chỉ là đêm nay

GẶP BẠN

(Nhạc Dạo) -HoàngAnhLương- Trúc Lan-

-Nhanh Vui-
Gặp nhau nơi đây mình người Việt xa nhà. Thân vui kết giao mong đừng khi nào cách xa. Gặp nhau hôm nay mình người Việt ly hương. Vui vui xiết bao khôn lường.
Gặp nhau nơi đây ngày họp mặt chan hòa. Vui vui xiết bao sau ngày ta lìa xứ ta. Ngày vui hôm nay mình trò chuyện hoan ca. Nâng ly chúc nhau an hòa.
Nhớ đừng quên rằng ta là người Việt Nam. Và
Nhớ đừng quên Việt Nam còn đồng bào ta. Và

3
nhớ đừng quên quê hương thân yêu Việt Nam.
nhớ mẹ cha, thân nhân đang trông chờ ta.
Ngày vui qua mau mình hẹn gặp sau nầy.
Cuộc vui hôm nay nào được trọn lâu dài.
Tuy ta cách xa nhưng lòng ta nào cách xa.
Năm châu cách xa nhưng tình ta nào cách xa.
Ngày vui hôm nay mình đành tạm chia tay.
Gặp nhau hôm nay rồi mình tạm chia tay.
3
Mong mai mốt ta sum vầy.
Mong mai mốt ta sum vầy.
3
Mong mai mốt ta sum vầy.
Mong năm tới ta gặp lại.

GIÓ ĐÁNH GIÓ ĐẬP

(Tùy Ý)
(Ca Dao V.N.)
-N:Hoàng Anh Lương-
(Nữ)1/Gió đánh. Gió đánh (í a) lên cành
(Nam)2/Gió đánh. Gió đánh (í a) lên cành
(Nữ)3/Gió đánh. Gió đánh (í a) lên cành
(Nam)4/Gió đánh. Gió đánh (í a) lên cành
ĐA. (PhụHọa)Ú u Ú ù U ú ù ù u. (Nam)Gió đập. Gió
TRE. -Ú u Ú ù U ú ù ù u. (n)Gió đập. Gió
ME. -Ú u Ú ù U ú ù ù u. (N)Gió đập. Gió
LAU. -Ú u Ú ù U ú ù ù u. (n)Gió đập. Gió
đập (i à) lên cành ĐA. (P.h)Ố ô Ố ô Ô ố ồ ô ô. (n)Nhớ
đập (i à) lên cành TRE. -Ố ô Ố ô Ô ố ồ ô ô. (N)Chiếc
đập (i à) lên cành ME. -Ố ô Ố ô Ô ố ồ ô ô. (n)Gió
đập (i à) lên cành LAU. -Ố ô Ố ô Ô ố ồ ô ô. (N)Chiếc
chàng em cứ trông xa đợi gần. (N)Gió đánh. Gió
thuyền anh vẫn le te đợi nàng. (n)Gió đánh. Gió
ngừng êm sóng cho ghe chàng vào. (N)Gió đánh. Gió
thuyền anh đến bên sau nhà rồi. (n)Gió đánh. Gió
đánh (í à) lên cành BẦN. (P.h)Ú u Ú ù Ù u u ú ù. (n)Gió đập. Gió
đánh (í a) lên cành BàNG. -Ú u Ú ù Ù u u ú ù. (N)Gió đập. Gió
đánh (í a) lên cành ĐàO. -Ú u Ú ù Ù u u ú ù. (n)Gió đập. Gió
đánh (í a) lên cành SÔI. -Ú u Ú ù Ù u u ú ù. (N)Gió đập. Gió

đập (í a) lên cành BẦN. (P.h)Ố ô Ố ồ Ồ ô ô ố ồ. (n)Vì
đập (í a) lên cành BàNG. -Ố ô Ố ồ Ồ ô ô ố ồ. (N)Dừng
đập (í a) lên cành ĐậO. -Ố ô Ố ồ Ồ ô ô ố ồ. (n)Thuyền
đập (í a) lên cành SỎI. -Ố ô Ố ồ Ồ ô ô ố ồ. (N)Thuyền
1.
2.
chàng em khóc qua bao lần gió nghe.
chèo anh hát
3.
cho cô nàng hãy nghe.
chàng quen bến.
4.
Sao không vào có nhau.
đà cập bến. Anh lên vào với
em. Thuyền đà cập bến. Ta không còn nhớ mong. Thuyền
đà cập bến. Hai ta giờ có đôi.

GIÓ THU

Thơ :NguyễnXuânSanh
Nhạc:AnhLương-ThiênÂn

♩=100
Rumba-Bolero
D
Sáng nay trời lạnh quá đi thôi! Bởi gió Thu em đã đến
D
rồi. Lác đác bên thềm mưa lá rụng. Chim trời bay tạm trú khắp
nơi. Rung rinh thùy liễu thoáng bên lầu. Anh đợi đầu
sân, em em đứng đâu. Câu hát đưa anh vào ngõ trúc. Bước
anh đi trước bước bước ai sau? Bàn tay em ướt chút sương
sa. Hỏi lại lòng anh, những mặn mà. Chiếc lá cuối cùng vừa mới
Fine
(33)
rụng. Thế là đã hết. Gió Thu qua...

GIỌT TÌNH HỒNG

Thơ : NguyễnTiến Đạt
Nhạc :AnhLương-ThiênÂn

♩=130
Twist

Am Am
Buổi sáng trên con đường. Còn in mờ hơi sương. Anh nhìn em tha thướt.
G7 C Am
Từng bước nhỏ tới trường. Tà áo trắng bay bay.
Dm Am G7
Cõi lòng anh ngất ngây. Cơn gió vờn trong lá. Hàng cây còn ngủ
C C G7 Am
say. Lá vàng rơi lao xao. Em e thẹn cuối đầu. Khi anh
E7 E Am
vờ han hỏi. Đôi chân ngọc bước mau. Môi em hồng nắng mai.
Am Am G7
Dáng dấp vẻ trang đài. Chút hương còn thoang thoảng. Trên suối tóc bay
C Am Dm Am
bay. Em có nghe gì không? Từng cơn gió mùa đông. Vỗ về trên tà áo.
G9 Fine C (30)
Đánh dấu cuộc tình hồng.

HANG ĐÁ BÊ LEM

Lời : Linh Mục Nguyễn Hưng Lợi
Nhạc : Anh Lương - Thiên Ân

Nhịp vừa-Bao la
Am
Một hang đá bé nhỏ.
Dm Am
Một máng cỏ xinh xinh. Chúa Hài Đồng nhỏ
G7 C
bé. Nhoẻn miệng cười thật xinh.
Am C
Chúa Giê Su giáng thế. Trong máng cỏ hang lừa.
Am C
Đoàn mục đồng không học.
G7 C F
Sống nghèo đói lang thang. Mau mau mục đồng hỡi

G7 C
Đến Bê Lem mà xem. Thiên thần
G7 C G7
loan tin mới. Mục đồng ngái ngủ say.
Am Dm
Đây rồi Giê su Chúa. Đấng cứu thế sinh ra.
Am
Mục đồng tiến dâng Chúa.
C Am
Hoa cỏ dại, cỏ hoang. Ma ri a nhìn Chúa.
C Am C
Thánh Giu se lặng nhìn. Chúa Hài Đồng cười
G7 C Fine (20)
mỉm. Hòa bình đến mọi nơi...

HÀNH KHÚC TÌM TỰ DO

- BA LÍT -

(Mạnh-Cương Quyết)

Tháng tư đen ngày mất miền Nam tôi(ta). Ôi miền Nam vào tay quân thù(Cộng
rồi. Khắp mọi nơi người người lo âu bối rối. Tiếng đạn bom vang rền
khắp Sài Gòn tôi(ta). Hát vang lên Hành Khúc Tìm Tự Do. Ghi vào tim từng
câu thơ Mẹ hò. Hát lại đi bài hùng ca Cha hát đó. Chết còn hơn ta chịu
sống chẳng Tự Do. Toàn dân nghe thấy chăng. Tiếng đạn rền vang. Xác người tràn
lan. Tiếng người khóc than vang đều khắp trời. Toàn dân ta xôn xao.
Lớp người chen nhau. Mong được lên tàu tiến về biển Đông đi tìm Tự Do.

Tiếng kêu than đều khắp miền Nam tôi(ta). Ôi Tự Do từ đây không còn rồi.
Xích, xiềng, gông, trại tù giăng giăng khắp lối. Muốn Tự Do ta ch
lối đường vượt biên. Tiếng rên la vì đói vì đòn roi. Bao tù nhân giờ
đây thân gầy còi. Quyết làm theo điều cha khuyên cha nhắn đó. Hãy vùng
lên ta giành lấy lại Tự Do. Hãy vùng lên ta giành lấy lại Tự Do.
Hãy vùng lên ta giành lấy lại Tự Do.

HAI MÙA THU ĐÀ LẠT

♩=55

Thơ: Lệ Khánh
N :HoàngAnhLương

Chậm buồn
S/A Gm Dm
Bây giờ trời đã vào thu. Nên em(anh) càng buồn thương nhớ.
Dm6 C7 F
Đà Lạt sáng giăng sương mù. Mi mô sa vàng vừa chớm nở.
Dm Bb Gm Dm
Thôi anh đừng giận em nữa . Nhớ về thăm em anh nhé
Gm G6 Dm
Lá vàng ngập tràn đại lộ. Chờ anh về em kể anh nghe.
Dm7 Gm F Gm
Hai mùa thu Đà Lạt. Trời mưa rưng rưng hoài. Ân tình em mất
Dm A7 S/A Gm
mát. Nhưng nào đâu trách ai. Bây giờ trời đã vào thu.
Dm Dm6
Cho em kỷ niệm thương nhớ. Đà Lạt có em trông chờ.
Rall... A7 Dm6 (33)
Chờ anh về thỏa lòng nhung nhớ.

HÀNH TRÌNH VỀ PHƯƠNG NAM

-Hoàng Anh Lương - ĐỒNG DAO

(Tùy Ý)
1/Hai tay hai gậy. Bước nhạy leo nhanh. Rừng núi gập
2/Anh em ta này. Sáng dậy ra đây. Người cuốc, người
3/Sau bao năm dài ở lại phương Nam. Cuộc sống thuận
ghềnh. Vượt theo chim hạc. Cô, dì, chú, bác... thất lạc sau
cày. Trồng cây, gieo hạt. Chim trời, cá nước, thú rừng... nuôi
hòa. Đoàn ta an lạc. Bao hạt giống mới tiếp tục đem
(Canon ĐK)
lưng. Ta bước không ngừng theo ông đom đóm. Ô. Này anh em ơi. Hạc
ăn. Xây ấp, xây làng theo phương Nam Tiến. Ô. Này anh em ơi. Thuận
ương. Cây cối trong vườn xum xuê hoa trái. Ô. Này anh em ơi. Miền
đi thì hạc lại về. Theo ông đom đóm. Mưa thuận gió
nơi còn được thuận thời. Sinh đông con cháu. Con Lạc cháu
Nam Trời Phật độ mình. Xây Lăng, xây Miếu, xây Chùa, cất
huề. Ta ở lại đây. Khai kinh, xây hộ. Đắp lộ, be
Hồng luôn vững niềm tin. Dân đông, thêm hộ. Nối lộ, thêm
Đình... Ta giữ lòng tin. Nơi nơi tưng bừng đón mừng Xuân
đê. Thuận thế lập vườn. Đào mương, che trại. Đêm ngày chí
nương. Từng ấp, lập trường. Từng khu, xây chợ. Khai rừng, phá
sang. Ngày Tết hội hè, ngựa xe qua lại. Trai tài gái
quyết hết việc xong công. Chung sức, chung lòng vui sống Tự Do.
núi. Đất ruộng mênh mông. Ta sống trong lòng văn hóa Việt Nam.
sắc ước hẹn nên duyên. Sinh cháu con truyền lưu giống Rồng Tiên.

HẸN VỀ VỚI HUẾ

Thơ : Tần Hoài Dạ Vũ
Nhạc:AnhLương-ThiênÂn

♩=100

Rumba-Bolero
Anh sẽ về một sớm mùa Thu. Sông Hương còn trắng những sương mù.
Áo em trắng nhịp cầu thương nhớ. Bóng ngả lòng anh câu hát
ru. Anh sẽ giong thuyền trên nước xanh. Chở trăng Gia
Hội vào Nội Thành. Soi nghiêng mái tóc thề Tôn Nữ. Thiếp
giữa một vùng hương mỏng manh. Anh sẽ hôn lên vầng trán
em. Tuổi ngây thơ ngủ đó êm đềm. Môi em anh gọi là hoa đỏ. Sẽ
nở trong lòng sau mỗi đêm. Chờ anh về thăm nhé Huế ơi!
Đường xa nhưng không thể sai lời. Chiều nay nắng trở trong lòng
mắt. Con nước linh hồn không muốn trôi.

HÔN NHAU LẦN CUỐI

Thơ : Nguyễn Bính

Nhạc:AnhLương-ThiênÂn

♩=100
Bolero
Dm G Dm
Cầm tay em anh khẽ nói. Khóc lóc khóc nữa mà làm chi.
G A7 Dm Dm
Hôn nhau một lần cuối. Em về đi anh đi. Em về đi anh đi.
D A F#m Bm A7
Rồi rồi một hai ba năm. Danh thành danh thành anh trở lại. Anh và em sẽ
D Bm A9 D G
sống trong một túp lều tranh, lấy tơ liễu làm mành. Ta sẽ là vợ chồng. Sẽ
D A7 B7 E A9
yêu thương nhau mãi mãi. Sẽ xe sợi chỉ hồng. Sẽ hát khúc ca ân ái.
Dm Gm Dm
Về đi em nghe anh nói. Khóc lóc khóc nữa mà làm chi.
Gm A7 Dm (80)
Hôn nhau một lần cuối. Em về đi anh đi. Em về đi anh đi.

KHI THU RỤNG LÁ

Thơ : Lưu Trọng Lư
Nhạc:Hoàng Anh Lương

Slow Rumba

Em có bao giờ nói với anh. Những
câu tình tứ thuở ngày xanh. Khi thu rụng lá bên hè
vắng. Tiếng sáo ngân nga vẳng trước mành. Em
có bao giờ nghĩ tới anh. Khi tay vịn
rũ lá trên cành. Cười chim cợt gió nào đâu
biết. Chua chát lòng anh biết mấy tình. Lòng

3
anh như nước hồ thu lạnh. Quạnh quê đêm soi bóng nguyệt
tà. Ngày tháng anh mong chầm chậm lại. Hững
hờ em mặc tháng ngày qua. Mùa đông đến
đón ở bên sông. Vội vã cô em đi lấy
chồng. Em có nhớ chăng ngày hạ thắm. Tình
ta lưu luyến một bên lòng.

KHI TA ĐANG YÊU

♩=100
Rumba-Bolero

Thơ : Thanh Hằng
Nhạc:AnhLương-ThiênÂn

Khi người ta đang yêu. Gió nâng cao cánh diều. Mặt trời hồng ấm
áp. Hoa nở đẹp bao nhiêu! Khi người ta đang yêu. Già bỗng dưng trẻ
lại. Hồn nhiên đến thơ dại. Niềm vui rộn sớm chiều.
Ôi! Tình yêu! Tình yêu! Nói ngàn lời vẫn thiếu.
Thơ ngàn trang không thừa. Tình yêu là bất diệt...
Khi người ta đang yêu. Vườn thơm lừng hoa trái. Ngõ vắng loạn tiếng
Ad...
cười. Chim ca hoài... ca mãi...

KIẾP NÀO CÓ YÊU NHAU

Thơ: Minh Đức Hoài Trinh
Nhạc: Anh Lương - Thiên Ân

♩=90
Rumba Bolero
Dm Dm A7
Anh đừng nhìn em nữa. Hoa xanh đã phai rồi. Còn nhìn em chi
F A7 Dm Gm
nữa. Xót lòng nhau mà thôi. Người đã quên ta rồi. Quên ta rồi hẳn
A7 F Dm
chứ. Trăng mùa thu gảy đôi. Chim nào bay về xứ.
Dm A7
Kiếp nào có yêu nhau. Nhớ tìm khi chưa nở.
F Dm A7
Hoa xanh tận nghìn sau. Tình xanh không lo sợ.
Dm Gm Dm A7
Lệ nhòa trên gối trắng. Anh đâu, anh đâu rồi. Rượu yêu nồng cay
Dm (33)
đắng. Sao cạn mình em thôi?

KIẾP SAU

Thơ : TrầnMộngTú
Nhạc:AnhLương-ThiênÂn

♩=110
Rumba Bolero

D A7 D
Đêm qua em nằm mơ. Mẹ đem em gả chồng. Cho
A9 D A7 A
một chàng thi sĩ. Số chàng rất long đong. Hai vợ chồng làm thơ. Tron
D A9 D
một gian lều cỏ. Mái dột mái cứ dột. Làm thơ vẫn làm 3 thơ.
Dm 3 Gm7 F
Thơ chàng dán trên vách. Thơ em che trời mưa. Một đàn con chír
C6 F Dm A7
đứa. Lớn lên chỉ mê thơ. Mặc người đời mua bán. Mặc cuộc đời hơi
Dm D A9
thua. Cả nhà làm thi sĩ. Nên nghèo xác nghèo xơ. Em cầu cùng Thượ
D G A7 D A9
Đế. Kiếp sau có lấy chồng. Xin lấy chàng thi sĩ. Dẫu biết chàng tay
D
không.

KỶ NIỆM BUỒN

♩=105

Thơ: Nhất Tuẫn
Nhạc: AnhLương-ThiênÂn

Rumba
Ngày trước yêu vì duyên số định. Cho nên ngang
trái vẫn thương nhau. Bởi say mê quá em liều lĩnh. Ai
biết yêu rồi sẽ khổ đau. Từng chiều chúa nhật hẹn nhau chờ.
Chỗ hẹn người ta đứng ngẩn ngơ. Hồi hộp lắng nghe từng tiếng
máy. Nắng hồng lên thắm má ngây thơ. Khung
cảnh thần tiên anh nhớ mãi. Chiều mưa hai đứa rủ đi xa. Đến
gian phố nhỏ dìu nhau lại. Trời đất này riêng một chúng ta. Hoa
bướm ngày xưa vỡ mộng rồi. Lòng anh mãi mãi vẫn đơn côi.
Những chiều chúa nhật em không đến. Lạc lòng mình anh bốn hướng
Fine
trời.

LẶNG

♩=90
Rumba-Bolero
C
Thềm, dù rêu chưa phủ. Cô đơn phong kín rồi.
Sông dù nước không lũ. Sầu đã đang chơi vơi...
Đồi mơ xưa khá cao. Phụ phàng sang đã phẳng. Sóng tình vẫn rạt
rào. Đớn đau chừ vắng lặng. Bến yêu ai phong
tỏa. Hoàng hôn che cửa tình. Bóng đen dồn tăm
nẻo. Mình lại an ủi mình. Tâm tư tang tóc
phủ. Lầy lội ngập tương lai. Nệm đầy gai giấc
(30)
ngủ. Hồn mơ tìm sương mai...

LƯU LUYẾN

Thơ : Bảo Cường
Nhạc:AnhLương-ThiênÂn

♩=65

SlowRock
Am
Dm
Ta đã quen em một chiều thu. Một ngày nắng nhẹ gió như ru.
Am
E7
Em ngồi bên cửa hong tà áo. Suối tóc buông dài thong thả đưa.
Am
Dm
Suối tóc em xanh cả biển trời. Hương đồng gió nội tỏa muôn nơi.
E7
Am
Dáng em tơ liễu bên hồ vắng. Thấp thoáng vầng trăng hiện cuối đồi.
A
D
E7
Dịu hiền em đẹp sáng như gương. Như đóa hoa sen đẹp dịu thường. Giữa
E9
E7
chốn bụi trần không nhuốm sắc. Bốn mùa vẫn tỏa ngát hương
A
Am
E7
Am
thơm. Mai sau dẫu đường đời cách trở. Vẫn nhớ về em của thuở nào.
E7
E7
Am
Vẫn giữ chút tình ngày gặp gỡ. Yêu người thương mãi đến ngàn sau.
(17)

LÝ CON MÈO VÀ CONCHUỘT

-HoàngAnhLương- Thu Hà-

♩=130
Nhạc dạo.
1
Staff-1
Staff-2
Staff-3
Staff-4
Staff-5
Staff-6

1
Staff-1
Staff-2
Staff-3
Staff-4
Staff-5
Staff-6
TÙY Ý...
Con mèo trèo lên cây
Con mèo rình trên cây
Con mèo còn chưa tin
Con mèo vừa quay lưng

1
A7
cau. Hỏi thăm chú chuột đi đâu vắng
cau. Hỏi xem chú chuột tại sao ngủ
đâu. Hỏi thêm chú chuột bao lâu mới
ra. Chuột ta thấy vậy bèn ra đứng
Staff-1
Staff-2
Staff-3
Staff-4
Staff-5
Staff-6
A7
1
D
C
nhà. Chú chuột đi chợ đàng
hoài. Nó mò vô tận ổ
về. Chú chuột qua bạn cùng
nhìn. Chú chuột bây giờ lặng
Staff-1
Staff-2
Staff-3
Staff-4
Staff-5
Staff-6
D

D7
1
xa. Mua mắm mua muối giỗ cha chú
ngay. Không thấy chuột đó. Mèo quay xuống
quê. Ăn Tết hai tháng chuột lê gót
thinh. Khi thấy mèo vắng chuột nghinh hét
Staff-1
Staff-2
Staff-3
Staff-4
Staff-5
D7
Staff-6
1
mèo. Con mèo con mèo. Con
liền. Con mèo con mèo. Con
về. Con mèo con mèo. Con
mừng. Con mèo con mèo. Con
Staff-1
Staff-2
Staff-3
Staff-4
Staff-5
Staff-6

1
mẽo con meo. Ai dạy mầy trèo mầy
mẽo con meo. Tao sợ mầy trèo lại
mẽo con meo. Tao chuột mầy mèo hai
mẽo con meo. Năm Mẹo phần mầy, Năm
Staff-1
Staff-2
Staff-3
Staff-4
Staff-5
Staff-6
1
chẳng dạy tao...
ổ của tao...
đưa ky nhau...
Tý phần tao...
(4)
Staff-1
Staff-2
Staff-3
Staff-4
Staff-5
Staff-6

MỖI MỘT CHIỀU THU

Thơ:ThầnLiênLêVănTất
Nhạc: Hoàng Anh Lương

♩=70
SLOW ROCK
S/A
Tôi đắp trong tim một nấm mồ. Khi buồn tôi tưới(viet) mấy vần
thơ. Chiều chiều tôi đứng bên hiên vắng.
Ngắm dẫy Trường Giang nước đục lờ. Tôi biết tình tôi đã lỡ rồi.
Như dòng sông lạnh chảy làm đôi. Như con nhạn lẻ trong đêm vắng
Buông giọng đau thương suốt một đời. Hồn mộng năm
canh luyến điệu đờn. Tơ sầu vương vấn rối từng cơn. Thôi thôi! chớ
nhắc làm chi nữa. Mộng dở dang rồi đâu cố nhân.
Mỗi một chiều thu mỗi một chiều. Sao lòng tôi buồn nhớ người
yêu. Lòng tôi hiu quạnh cô đơn quá! Bao lá vàng rơi sầu bấy nhiêu
(33)
FINE

MƯA CHIỀU NAY

Thơ : Hoàng Trúc Ly
Nhạc:AnhLương-ThiênÂn

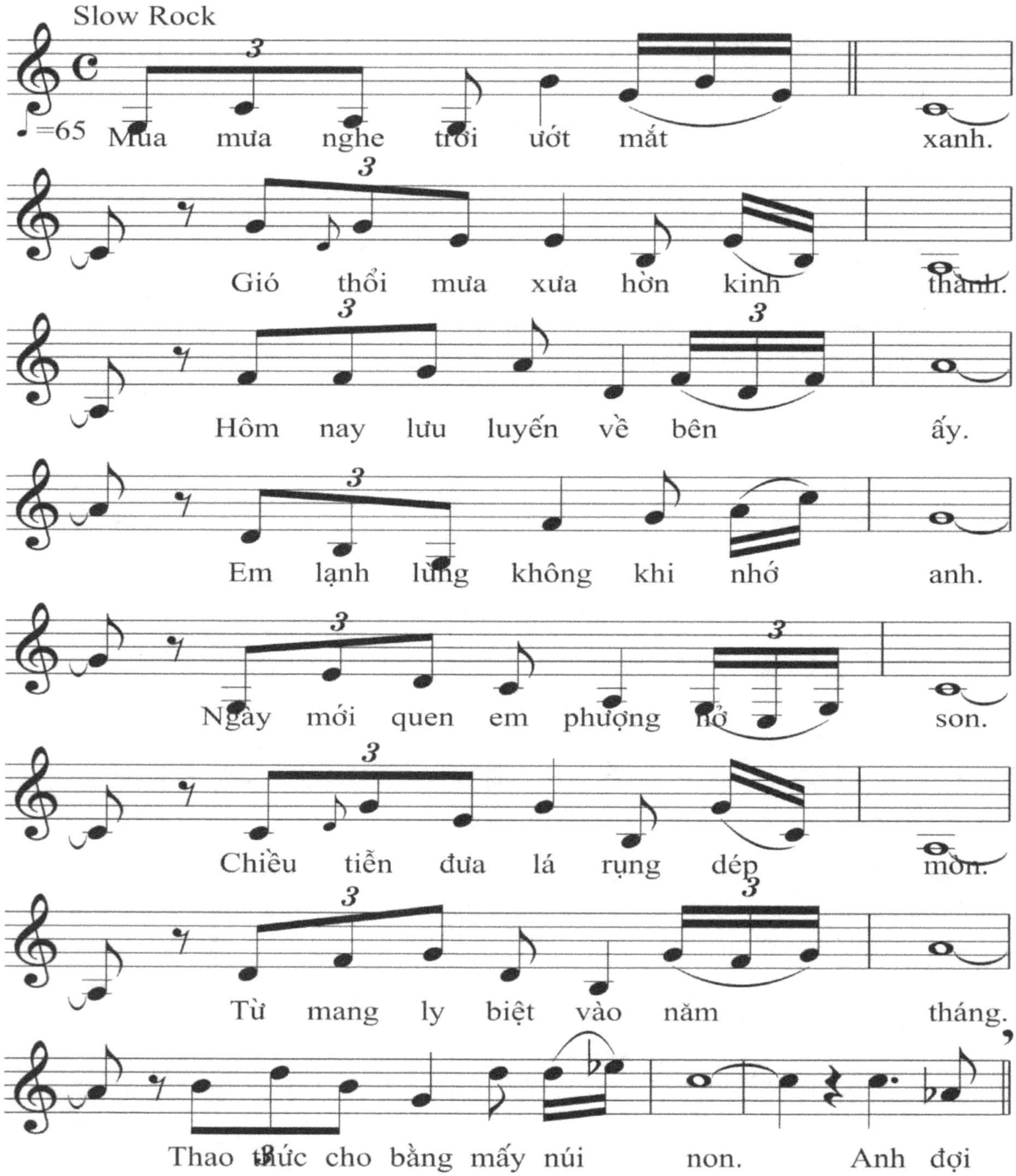
Slow Rock
♩=65
Mưa mưa nghe trời ướt mắt xanh.
Gió thổi mưa xưa hờn kinh thành.
Hôm nay lưu luyến về bên ấy.
Em lạnh lùng không khi nhớ anh.
Ngày mới quen em phượng nở son.
Chiều tiễn đưa lá rụng dép mòn.
Từ mang ly biệt vào năm tháng.
Thao thức cho bằng mấy núi non. Anh đợi

3
em ngày em trở lại. Đầu hạ tàn thu, cho dù mưa bay. Bên
anh bé nhỏ người em gái. Mưa
chiều không lạnh lạnh như chiều
3
3
nay. Mưa mưa nghe trời ướt mắt xanh.
3
Gió thổi mưa xưa hờn kinh thành.
3
3
Nhớ ơi trăng của mười lăm tuổi.
=50
Rall.
=35
=65
(12)
Fine
3
Anh của em và em của anh.

MƯA HẠ

Thơ Yên Vũ

Hoàng Anh Lương- Thiên An

♩=45
Tango
Cơn mưa đầu mùa Hạ.
Lất phất bụi mưa bay. Âu yếm anh cầm
tay. Dìu cm qua lối nhỏ.
Cơn mưa chiều mùa Hạ.
Từng hạt tí tách rơi. Giọt vỡ trên vành

môi. Nụ hôn đầy hơi ấm. Lòng
buồn lòng buồn theo chân bước. Rưng rưng mắt giã từ.
Vẫy tay vẫy tay chào ly biệt. Người về dấu niềm đau.
Cơn mưa đầu mùa Hạ. Người đi vội vàng
qua. Tiễn em chiều phai nắng.
(27)
Từng bước xa dần xa.

MÙA THU TRÔI

Thơ : Hải Bằng (1939)
Nhạc:AnhLương-ThiênÂn

♩=80
Boston
Am
Tôi đi qua mùa thu.
Am Am
Những mùa xanh lá ru.
C Am
Vượt rừng băng tiếng suối.
E7 3
Tìm trăng trong sương mù.
Am
Khi con nai gõ bước.
Am Dm
Cánh rừng nửa tỉnh mơ.
E7 E7
Gió vin cành lật lá.
Am Em7 3 Am
Thổi mùa thu trong thơ.

A
A
F#m
Nghe em hát hôm nay. Bài
E7
A
F#m
ca ngày nối ngày. Mùa của tôi đâu
A
E7
nhỉ. Mùa của em còn đây.
Am
Giọng em còn rõ lắm.
Am
Dm
Mà đã thành cánh bay.
E7
E7
Khi sương chiều trở lại.
Am
E7
Am
3
Tôi tìm trong lá cây.
(19)

MÙA THU NHỚ

Ý thơ : Hà Thượng Nhân

Nhạc:AnhLương-ThiênAn

♩=120 Valse
D F#m7 Bm
Ngõ hẹp rụng bao hoa vàng. Bướm bay đầy cửa
A9 D E7 A
sổ. Ta bổng gọi lên tên nàng. Áo vàng lồng lộng
A9 D Bm
gió. Ta bổng chợt rưng rưng nhớ. Mùa Thu vàng ánh
E9 A A7 D
trăng. Mùa Thu từ dạo xưa đó. Mùa Thu ta quen
Bb Dm Gm
nàng. Ta nhớ ôi ta nhớ. Ta nhớ con chim

2
C7 F Dm F Am
nhỏ. Hót trên cành bằng lăng. Ta nhớ ôi ta nhớ. Ta nhớ
Am7 Am7-9 Dm
câu thơ cổ. Bông cỏ may bên
D F#m7 Bm
đàng. Lá vàng mùa Thu sang rồi. Lá rơi vàng đầy
A9 D E7 A
ngõ. Ta nhớ đã bao Thu rồi. Biết nàng từ Thu
A9 D Bm
đó. Ta vẫn còn luôn luôn nhớ. Mùa Thu ngồi ngắm
E9 A A7 D
trăng. Mùa Thu nào ngày xưa đó. Mùa Thu ta
(33)

MƯA XUÂN

♩=110
Rumba-Bolero
Thôn Đoài vào đám hát thâu đêm. Em mãi tìm anh chả thiết
xem. Chắc hẳn đêm nay giàn cửi lạnh. Thoi ngà nằm nhớ ngón tay
em. Chờ mãi anh sang, anh chẳng sang. Thế mà hôm nọ hát bên
làng. Năm tao bảy tuyết anh hò hẹn. Để cả mùa Xuân cũng lỡ
làng. Mình em lầm lũi trên đường về. Có ngắn gì đâu một dải
đê. Áo mỏng che đầu mưa nặng hạt. Lạnh lùng thêm tủi với canh

khuya. Hôm ấy mưa Xuân đã ngại bay. Hoa xoan đã nát dưới chân
giày. Hội chèo làng Đặng về ngang ngõ. Mẹ bảo: Mùa Xuân đã cạn
ngày. Anh ạ! Mùa Xuân đã cạn ngày. Bao giờ em mới gặp anh
đây. Bao giờ hội Đặng đi qua ngõ. Để mẹ em rằng: hát tối
(5)
nay.

MỖI MỘT CHIỀU THU

Thơ:ThầnLiênLêVănTất
Nhạc: Hoàng Anh Lương

♩=70
SLOW ROCK
S/A
Dm F
Tôi đắp trong tim một nấm mồ. Khi buồn tôi tưới(viet) mấy vần
Dm Gm
thơ. Chiều chiều tôi đứng bên hiên vắng.
Am7 A7 Am7 Dm
Ngắm dãy Trường Giang nước đục lờ. Tôi biết tình tôi đã lỡ rồi.
F Dm Gm
Như dòng sông lạnh chảy làm đôi. Như con nhạn lẻ trong đêm vắng
A7 Dm Gm Dm Gm
Buông giọng đau thương suốt một đời. Hồn mộng năm
Gm Bb11 Gm G
canh luyến điệu đờn. Tơ sầu vương vấn rối từng cơn. Thôi thôi! chớ
D D6 A11 A9 A7
nhắc làm chi nữa. Mộng dở dang rồi đâu cố nhân.
S/A Dm F
Mỗi một chiều thu mỗi một chiều. Sao lòng tôi buồn nhớ người
Dm Gm A7 Dm6
yêu. Lòng tôi hiu quạnh cô đơn quá! Bao lá vàng rơi sầu bấy nhiêu
(33)
FINE

MỘT BƯỚC ĐI

Thơ : Thuần Phong
Nhạc: HoàngAnhLương

♩=45
TANGO
Am C Dm
Một bước đi là một tiếc thương. Vắng hoa tiều tụy cả khu vườn
(Am) Am E7
Vắng trăng buồn lạt trời Thu lạnh. Vắng bạn lòng tơ mấy đoạn vươ
Am C Dm
Một bước đi là một nhớ nhung. Xa hoa vườn vắng tiếng côn trùng
Am Am E7 Am
Xa trăng trời vắng mùa Thu đẹp. Xa bạn lòng tơ luống não nùng
A E7 A
Ôi! Mỗi một lần đi chết một lần. Chết trong lòng dạ bạn tương
Gbm A Dmaj7 Gbm E7
thân. Rồi! Chết trong kỷ niệm ngày tươi thắm. Chết mất đi rồi cuộc ái
E7 Am
ân. Một bước đi là một khổ tâm.
C Dm (Am)
Nhớ nhung, thương tiếc, khổ âm thầm. Vườn hoa tàn tạ, mùa Thu
Am E7 Am6 (10) FINE
lạnh. Một bước đi là một khổ tâm.

MỘT MÙA ĐÔNG

Thơ : Lưu Trọng Lư
Nhạc: Hoàng Anh Lương

♩=70
Blues
Nhạc dạo
Am Dm E7 Am
Am+5 Am Em7 E
Ngày
E7 E Emaj9 B7 E
một ngày hai cách biệt nhau. Chẳng được cùng em kê gối sầu. Khóc
Am E E7 Em
chuyện thế gian cười ngặt nghèo. Cùng cười những chuyện thế gian đau. Ngày
Em7 E7 Am A
hôm tiễn biệt buồn say đắm. Em vẫn cùng anh uống rượu say. Em
A E9 A F#m E7
có biết đâu đời vắng lạnh. Lạnh buồn như ngọn gió heo may. Tuy môi em
A E7 Am
uống lòng anh say. Lời em càng nói càng chua cay. Anh muốn van
Am E Em7 Em
em đừng nói nữa. Lệ buồn sẽ nhỏ trong đêm nay! Hãy
Em7-9 Am E7 Am
xếp lại muôn vàn ân ái. Đừng trách nhau, đừng ái ngại nhau. Thuyền
Am Em7 E E7 Rall... Am6 2)
yêu không ghé không ghé bến sầu. Như đêm thiếu phụ bên lầu không trăng. Hãy
như chiếc sao băng, băng mãi. Để lòng buồn, buồn mãi không thôi...

MỘT NGÀY TA XA NHAU

Thơ : Như Đồng
Nhạc : AnhLương-ThiênÂn

♩=100
Dm F
Một ngày ta xa nhau là bình minh biến
Gm
mất. Hoàng hôn giăng trái đất
A7 3 A7
nhòa sắc tươi muôn màu. Một ngày ta xa
Gm Dm
nhau. Lòng anh như chết lặng. Và con tim trống
A7 Dm
vắng. Giữa người đời đông vui. Một
Gm F
ngày ta xa nhau là một ngày cách trở. Con
Gm Dm A7
tim đầy thương nhớ, vất can nỗi buồn đau. Một ngày ta xa
A7 Gm
nhau là hoàn hôn trước mặt.
A7 Dm A7
Và nụ cười chợt tắt. Một ngày ta xa
Dm (20) Fine
nhau!...

MÙA THU

Thơ : PhanLạcGiangĐông
Nhạc:AnhLương-ThiênÂn

♩=90
Rumba Bolero
Am
Này em người xa vắng. Này em người em
E7
nhỏ. Này em người yêu xa. Này em người trong
Am
ta. Ai một mình vào thu. Em về phương vẫn
E7
nắng. Con phố dài chờ mong. Đôi mắt nào mênh
Am
C
mông. Hôm nay là vào thu. Đường long lanh sương
Am D7 G
Em
mù. Tôi đi hoài mãi nhớ. Nhớ vô cùng lời mẹ
B7 Em
Am
ru. Em một mình vào thu. Giấc thu đời tinh khôi. Em mùa
E7
thu đợi. Riêng về em và
Am6
(22)

MÙA XUÂN CỦA ANH

Thơ : Đỗ Hồng Ngọc
Nhạc: AnhLương-ThiênÂn

♩=130
Twist
(25)
(Nhạc dạo)
Am C Am Dm G7
C C Am
Cám ơn em đến. Mùa xuân của anh.
Dm Am Am
Lòng mênh mông hẹn. Tình mênh mông xanh. Cám ơn em đến.
Dm Am C
Mùa xuân của anh. Hoa vàng nở muộn. Bên trời nắng hanh.
Am Dm Am
Hôn nhau lần cuối. Yêu nhau lần đầu. Mùa xuân lại đến.
G7 C C Dm
Giữa ngày nắng phai. Cám ơn em đến. Mùa xuân của anh.
Am G7 C6
- Fine -
Nhịp đời bước chậm. Cho lòng còn xanh....

MÙA XUÂN QUA MAU

Thơ : Huỳnh Hữu Võ
Nhạc: AnhLương-ThiênÂn

TWIST
♩=130
A E7
Em đi đất nhớ. Em về mưa rơi.
A E7
Ngày xưa còn bé. Hai đứa rong chơi.
F#m
Bên con đường làng. Nắng xuân bay bay.
A E7 A
Dòng sông nhỏ chảy. Miên man tháng ngày.
Am Dm F
Em viết tên anh. Anh viết tên em. Bên bờ cát ướt.
C Am E7 A A
Sóng lùa êm êm. Mùa xuân qua mau.
E7
Mười năm tỉnh dậy. Em phương trời nào.
B7 E
Anh tìm không thấy.

MỪNG YÊU

♩=120

Thơ: Nguyễn Văn Cốn
Nhạc: AnhLương-ThiênÂn

FOX
Gió xuân tới trao lời âu yếm. Ánh nắng
hồng tô điểm mặt hoa. Lại thêm lần nữa xuân qua.
Lại thêm tuổi nữa ta đà biết nhau. Em hãy
giữ lấy màu tươi thắm. Để lửa thiêng sưởi ấm cõi lòng. Nhấp
môi cạn chén rượu nồng. Tình yêu khắn khít trong lòng chúng
ta. Kề má lại hơi men ngào ngạt.
Mắt nhìn nhau ngây ngất tỉnh say. Thề bồi, thề
bồi tay lại cầm tay. Cõi lòng ấm áp như ngày tân
hôn. Em giữ lấy tâm hồn trẻ mãi. Dẫu trăm
năm chưa gọi là già. Nghìn thu một khối san hà.
Biết bao vui khổ, đâu đà hết yêu.

MƯỜI NĂM NHỚ THƯƠNG

♩=110

Thơ:Quang Dũng(1921)
Nhạc:AnhLương-ThiênÂn

Rumba-Bolero
Am C Am C Am Am
Thiếu vắng mười năm em với ta. Mười năm mà ngỡ mới hôm qua.
E7 Dm
Em chưa chảy hết sầu trên tóc. Ta đã tan
E7 Am C Am
rồi mộng dưới hoa. Vẫn nhớ, vẫn thương mà cách trở.
Am E7
Dẫu cười, dẫu khóc cũng chia xa. Con tim vô tội chưa ngừng đập.
Dm E7 Am Am
Thì chút tình xưa vẫn thiết tha. Biết mấy đêm rồi thức trắng
Am Am
đêm. Ta nằm trăn trở gọi tên em. Buồn con dế lẻ kêu ngoài giậu. Lặng
3
Am
bóng trăng khuya rụng trước thềm. Ta vẫn đắm hồn trong biển nhớ.
Dm E7
Em đành quay mặt cuối trời quên. Chiêm bao cũng chẳng gần nhau
E7 Am E7 Am
được. Gối mộng còn vương sợi tóc mềm.

MỸ THO QUÊ TÔI

- Hoàng Anh Lương- Thu Hà -

♩=60
(Nhạc Dạo)
- Tùy Ý)
Ngày hôm nay về lại quê hương lòng tôi luyến nhớ. Nhớ biết
Nhìn qua trên đường Hùng Vương bao học sinh sánh bước. Thoáng thấy
bao những kỷ niệm thuở ấu thơ. Ngày ra
ngay trường Nguyễn Đình Chiểu Mỹ Tho. Nhìn sang
đi rời xa quê nhà cha mẹ khóc ngất. Nói với
bên đường ngang Ngô Quyền bao tà áo trắng. Dáng các
tôi từ đây mẹ cha mất con. Nay đâu dáng. Mẹ tôi ngày nào.
em trường Lê Ngọc Hân Mỹ Tho. Bên sông lớn. Vườn hoa Lạc Hồng.
Còn thấy đâu. Cha mình yêu dấu. Giờ xa
Về Bến Tre. Qua phà Rạch Miễu. Ngược phương
Ad.Lib...
quá. Anh chị hiền hòa. Khó kiếm ra. Thầy bạn của ta. Nhìn quê
Bắc. Long An, Sài Gòn. Xuống phía Đông. Chợ Gạo, Gò Công. Bạn tha
hương giờ còn tang thương lòng đau xót quá. Cảnh đổi
hương về lại quê hương mình nên nhớ đến. Nhớ tới
thay, mà người giờ cũng đổi thay. Tìm đâu ra. Tìm đâu ngôi nhà Cha Mẹ mến qui.
thăm thầy bạn cũ của chúng ta. Bạn lưu vong về thăm quê nhà xin bạn nhớ đến.
Rall
Biết kiếm đâu. Mộ Ông Bà nay mất đi.
Nhớ ghé qua Mỹ Tho Tiền Giang chúng tôi.

NĂM NĂM RỒI KHÔNG GẶP

Thơ : Phạm Văn Bình
Nhạc:AnhLương-Thiên-Ân

Rumba Bolero

♩=100
Dm
Năm năm rồi không gặp. Từ khi em lấy
Gm
chồng. Anh dặm đường mê mải.
A7
Đời chia hai nhánh sông. Phong thư tình ngây
Dm
Gm
dại. Đường xưa quen lối về.
A7
Trong mịt mùng gió cuốn. Nghe nhạt nhòa mưa
Dm
D
F#m
qua. Ngày nhà em pháo nổ. Anh
Bm
F#m
3
cuốn mình trong chăn. Như con sâu làm tổ. Trong
A6
F#m
3
trái vải cô đơn. Ngày nhà em pháo nổ. Tâm

Bm F#m7 E7 A
hồn anh rớm máu. Ôi nhát chén hư vô. Ôi
3
A7 Dm Dm
nhát chén hư vô. Năm năm rồi ly biệt.
Một màu tan ngút trời. Chúa buồn trên thánh
Gm A7
giá. Nằm trơ vơ gác chuông. Năm năm rồi trở
Dm Gm
lại. Từ khi em lấy chồng
A7
Thương người em năm cũ.
Dm6 (22)
Thương góa phụ bên sông.

NĂM XƯA TÔI MẤT MẸ

Lời:ThiênÂnSưuTầm
Nhạc : HoàngAnhLương

♩=80
Chậm buồn
Năm xưa tôi còn nhỏ. Mẹ con sống yêu
đời. Thình lình ôi mẹ mất. Nay
chịu sống lẻ loi. Năm xưa tôi còn nhỏ.
Mẹ tôi đã qua đời. Lần đầu tiên tôi,
hiểu. Thân phận trẻ mồ côi. Quanh
tôi ai cũng khóc. Im lặng
một hồi lâu. Quanh tôi ai cũng
khóc. Im lặng tôi sầu thôi.
Để dòng nước mắt chảy. Là

bớt khổ đi rồi. Năm xưa tôi còn
nhỏ. Mẹ tôi đã qua đời. Một
mình bao năm tháng. Tôi chịu sống lầm than!
Hoàng hôn phủ trên mộ. Chuông chùa nhẹ rơi
rơi. Tôi thấy tôi mất mẹ. Mất
Rall...
Fine
cả một bầu trời.

NẮNG MỚI

Thơ : Nguyễn Vỹ
Nhạc:AnhLương-ThiênÂn

Chậm đều
♩=80
Mỗi lần nắng mới hắt bên song. Lại khiến cho tôi tê tái
lòng. Cùng một nắng xưa đầy mộng ảnh. Mà
nay nắng nhuộm vẻ tiêu vong. Dưới bóng dâu xanh mát rợp
đồi. Nàng đi, nũng nịu, vịn vai tôi. Phương trời vô định xa thăm
thẳm. Thăm thẳm phương trời... mộng ảnh trôi. Sóng

bể chưa hề cuốn ruộng đâu. Mà tình duyên ấy nay còn
đâu. Mỗi lần nắng mới reo ngoài nội. Lại gợi lòng
tôi biết mấy sầu. Mỗi lần nắng mới hắt bên song. Lại
3
khiến cho tôi tê tái lòng. Cùng một nắng xưa đầy mộng ảnh. Mà
3
nay nắng nhuộm vẻ tiêu vong.

NHỚ TRƯỜNG XƯA

Thơ : Lâm Nguyệt Anh
Nhạc: Hoàng Anh Lương

=125
VALSE
D G6 D A9
Anh(Em) có về thăm Học viện không. Nỗi
Em Bm D6
buồn ray rứt thấm trong lòng. Tên trường xóa
A7 G A9 F#m7
bỏ không còn vết. Lạnh lùng vắng vẻ hết chờ
A D Gmaj9 D
mong. Xuân đến tràn dâng bao nhớ thương. Ngày
Em Bm D6
nào áo trắng ngập sân trường. Tiếng chào trìu
A7 G A9 F#m7 D
mến thân thương quá. Giờ đây gió cuốn khắp ngàn phư
Dm7 Dm
Ta nhớ đã bao năm học chung một trườ

Dm7 Gm
Bạn bè giờ đây lưu lạc bỏ quê hương. Thầy
Gm G
cô ta ngày đó người còn người mất. Kỷ
A7 A9 A A7
niệm vui buồn ôi cứ mãi vấn vương. Anh(Em)
D Gmaj9 D Em
nhớ ngày xưa quen biết nhau. Ngày mình đến lớp
Bm D6 A7 G
học năm đầu. Quốc Gia Hành Chánh bao yêu dấu.
♩=100 ♩=90 ♩=75 ♩=125 (8)
A9 F#m7 D FINE
Kỷ niệm quí báu ấy còn đâu.

NGÂM THI

Thơ:ThầnLiênLêVănTất
Nhạc: Hoàng Anh Lương

♩=140
Fox
Trong một gian nhà nhỏ. Có đôi con chim uyên.
Chiều chiều ngồi hóng mát. Ngắm cảnh đẹp thiên nhiên.
Bên nàng, anh đọc sách. Bên anh, nàng quay tơ.
Anh mơ màng ngắm bạn. Thích tình anh ngâm thơ.
Giọng anh ngâm trầm bổng. Nhìn anh, nàng mỉm cười.
Nàng vuốt làn tóc rối. Lòng anh thấy vui vui.
Nàng rằng:" Thơ anh hay. Làm em dở tỉnh say!
Anh hãy ngâm thêm nữa. Ngâm suốt buổi chiều nay."

A
D
Anh nhìn nàng khẻ bảo:" Lời thơ tuy êm đềm.
A
E7 F#m
E7
Nhưng đâu bằng đôi mắt. Đầy thơ mộng của em."
A
D
Nàng thẹn, nhìn trách móc, :"Rằng anh chế em chi?
Esus4
E7
=45
A6 (33)
=20
=140
Nhưng sao anh lại nín? Hãy ngâm nốt bài thi."

NGẬP NGÙNG

♩=65

Tha Thiết

Thơ : Hồ Dzếnh
Nhạc:AnhLương-ThiênÂn

Em cứ hẹn nhưng em đừng đến nhé! Để lòng
buồn anh dạo khắp trong sân. Ngó lên tay thuốc lá cháy lụi
3
dần. Anh nói khẽ: "Gớm, sao mà nhớ thế!" Em cứ
3
hẹn nhưng em đừng đến nhé! Em tôi ơi, tình có nghĩa gì
3
đâu? Nếu là không lưu luyến lúc ban đầu, Thuở ân
3
ái mong manh như nắng lụa; Em cứ
hẹn nhưng em đừng đừng đến nhé! Hẹn ngày mai mùa đến sẽ vui

tươi; Nếu trót đi, em hãy gắng gắng quay về, Chỉ ngày
mai mới đẹp ngày mai thôi. Em cứ hẹn nhưng em đừng đến
3
nhé! Anh sẽ trách cố nhiên nhưng rất nhẹ; Tình chỉ
3
đẹp những khi còn dang dở. Đời mất vui khi đã vẹn câu
Fine
thề.

NHỮNG MÙA ĐÔNG ĐẾN

Thơ : Nguyễn Hồng Châu
Nhạc : Hoàng Anh Lương

Boston
♩ =80
Dm Dm6 Dm
Một mùa Đông trước rất xa xôi. Những
Dm A7 Dm6
lúc tôi buồn ngắm lá rơi. Chàng đến bên
Am7 C7
tôi mang nhựa sống. Tìm câu trêu
Dm7 3 F Dm
chọc khiến tôi cười. Một lần tôi
Dm6 Dm Bb Dm
nói với riêng anh. Em sợ ngày xanh quá mỏng
A7 Dm6 Dm
manh. Như chiếc lá vàng rơi trước gió.
A9 3 D
Đoạn trường sẽ ngắt giữa ngày xanh.

Dm6 F Dm
Rồi Đông sau sang. Đông sang báo một tin buồn.
Bb Dm A7
Chàng chẳng về đâu. Vĩnh biệt luôn.
Dm Gm Dm
Chàng đã ra đi để đáp đền xong nợ nước
A11(A9) A7 Dm
Của người trai Việt với quê hương. Rồi
Dm Dm6 Dm Bb
mùa Đông đến với mùa tang. Câu chuyện tình
Dm A7 Dm6
ta quá trái ngang. Chàng đã hy sinh vì tổ
Dm A7 Rall . . . 3 Dm6
quốc. Để tôi buồn nhớ mỗi Đông sang.
(12) Fine

NGÀY TÔI ĐI

Nhạc: Anh Lương - Thiên Ân
Thơ : Nguyễn Hải Bình

♩=88
Chậm Buồn
Am
Ngày tôi đi, dòng đời qua nhẹ lắm.
Asus4 Dm Am
Một kiếp người thấp thoáng tựa phù
E7 Am
du. Bao dĩ vãng ân tình hạnh phúc xưa.
Dm Dm6 Em Am E7
Xin gởi lại luân hồi đường vô
Am A F#m A
ngã. Tất cả dòng đời nhẹ nhàng buông
E7 D
thả. Những ngậm ngùi, thương mến đã qua đi. Một cõi đi
A F#m A Ad.lib... B7
về vắng lệ ướt mi. Vòng tay tiễn Phù vân vào cát
Em Am
bụi. Không gian xưa qua rồi không tiếc nuối
Dm Am Dm
Giòng thời gian cũng hết lúc xuôi
E7 E7+5 Am
tay. Tôi đi rồi thoáng nhẹ tựa mây bay.
Dm ♩=65 E7 ♩=50 rall...
Đường vô thức dòng đời tôi ngã
♩=88 Am6 Fine
biệt.

NGĂN CÁCH

♩=60
Slow

Thơ Nguyễn Thị Tường Hoa (1942)
Nhạc : Hoàng Anh Lương

Anh(Em) đi rồi thành(đường) phố đã đổi tên. Và trụ
đèn cũng thôi làm nhân chứng. Những chiều mưa mình em thờ thẫn
đứng. Đếm thời gian đếm từng giọt mưa bay. Anh đi rồi hai đứa cách hai
phương Em nhớ thương làm sao anh hay biết. Anh đi rồi mình em buồn khôn
xiếc. Nói gì đây anh hỡi nói gì đây. Nay nơi phương ấy anh có người
yêu. Còn em bên nầy buồn thỉu buồn thiu một mình.
Thôi người ta đâu thương nhớ tới mình. Mình chẳng thương
mình mà mình lại thương người ta. Mai anh về đường đời chia hai
ngả. Mai anh về em nay thành xa lạ. Mai anh về tình ta giờ ngăn
cách. Nhớ gì không anh hỡi nhớ gì không.

NGÀY ĐẦU TIÊN ĐI HỌC

♩=140
Vui tươi (Marche)
Nhạc : Hoàng Anh Lương
Lời : ViễnPhương-Thu Hà
Hôm nay ngày khai trường, lần đầu tiên em đi học. Hôm nay ngày khai
trường, lần đầu tiên em đến trường. Ngày đầu tiên đi học. Mẹ dắt em đến
trường. Em vừa đi vừa khóc, mẹ dỗ dành yêu thương. Ngày đầu tiên đi
học, em mắt ướt nhạt nhòa. Cô vỗ về an ủi. Chao ôi sao thiết tha.
Ngày đầu như thế đó, cô giáo như mẹ hiền. Em bây giờ cứ
ngờ, cô giáo là cô tiên. Em bây giờ khôn lớn,
bổng nhớ về ngày xưa. ngày đầu tiên đi học, mẹ cô cùng vỗ về.
Hôm nay ngày khai trường, lần đầu tiên em đi học. Hôm nay ngày khai
trường, lần đầu tiên em đến trường.
(33)

NHỚ MẸ NĂM LỤT

♩=70

Thơ: Huy Cân
Nhạc: AnhLương-ThiênÂn

BOSTON
Am Dm Am Em C
Năm ấy lụt to tận mái nhà. Mẹ con lên chạn. Bố đi xa.
C Am C G7 C
Bốn bề nước réo, nghe ghê lạnh. Tay mẹ trùm con, tựa mẹ gà.
C D7 G C F
Mẹ cắn bầm môi sao cho khỏi khóc. Thương con lúc ấy
Dm Am E7 B7 E7
biết nói gì hơn. Nước mà dâng cao nữa không bè thúng
Am Am Dm
Nếu chết trời ơi! mẹ ôm lấy con. Gọi với láng giềng, lời mẹ
Am Em Am C C
dặn. Xẩy chi cứu giúp lấy con tôi! Tiếng đờn giữa
Am C Em G7 C C6
(33)
nước mênh mông trắng. Đáp lại từ xa một tiếng "ời".

NHỚ MỘT CHIỀU THU

Ý thơ : J. L e i b a
Nhạc: PhanTrần-AnhLương

♩=80
Boston
Dm Gm Dm
Một chiều thu trước bên sông vắng. Mà cánh phù dung đỏ khắp bờ.
F C7 Bb C7
Người đẹp chờ thuyền sang bến mộng. Màu da màu áo trắng như
F Dm Bb A7
mơ. Môi hồng thiếu phụ buồn man mác. Hoa rụng trong thu gợn ngậm
Dm F A9
buồn. Một cánh hoa rơi, rồi một cánh. Lòng ta tàn một chút gì
Dm Gm Dm Bb
vui. Buồn vướng mắt nhung xinh đẹp quá. Âm thầm ủ
Dm6 A7 Gm F
một mộng yêu đương. Thu xưa, từ độ thu xa lắm. Hẳn
Gm F Dm
một tình duyên đã lỡ làng. Lòng tôi buồn bã từ hôm ấy. Và
Gm A7 Dm F
mỗi chiều thu nắng đẹp tàn. Nhìn cánh phù dung nơi bến vắng
A7 Dm
(25)
Nhớ người thiếu phụ, nhớ yêu đương.

NHỚ NHUNG

Thơ : Hàn Mặc Tử
Nhạc : HoàngAnhLương

SLOW
♩=65
Từ ấy anh ra đi. Ngoài song không gió
thoảng. Hoa đào vắng mùi hương. Lòng em xuân hờ hững. Từ ấy anh ra
đi. Bóng trăng vàng giải cát. Cánh cô nhạn bơ
♩=100
(BOSTON)
vơ. Liệng dưới trời xanh ngát. Từ ấy từ ấy anh ra đi.
Tiếng dương cầm vắng bặt. Dường như dường tan trong đám
(SLOW)
♩=65
sương. Thoảng về nơi lãng mạc. Từ ấy anh ra
đi. Em gầy hơn vóc liễu. Em buồn như đám
Rall...
♩=50
♩=40
♩=20
♩=65
Fine
mây. Những đêm vầng trăng thiếu.

PHƯỢNG TÍM

Thơ : HồĐắcThiếuAnh
Nhạc: Hoàng Anh Lương

=120
BOLERO
Am C (Am) Am
Xứ lạ chiều mưa em nhớ anh. Thương
C Am Dm Am
hoa phượng tím lạnh trên cành. Ngắm làn mây
E7 Am E7
tuyết loai hoai nhớ. Mùa phượng quê
E7 Am
mình ấm nắng hanh. Nhớ Huế chiều
3
C (Am) Am C Dm Am
nghiêng nón bài thơ. Bàn tay ngón nhỏ anh nắm
E7 Am E7 Am
hờ. Gió lùa tóc rối bay trong nón. Hồi

E7 Am
hộp tay cầm chéo áo tơ. Phượng
A E7 F#m
tím chan mưa rũ rượi buồn. Cơn sầu xô ngã cả cô
E7 D
đơn. Tay không che nổi trời đông giá. Hoa
E7 A Am
lạnh pha màu tím nhớ thương. Bên ni nhìn
C (Am) Am C (Am)
phượng nhớ bên tê. Mai mốt em khăn gói trở
Am Dm Am
về. Thăm chùa Linh Mụ mờ sương sáng. Lội
E7 (Am) Am (25)
nước mưa dầm giỡn nắng quê.

NHỚ VỀ ĐÀ LẠT

Lời : Huỳnh Hữu Võ
Nhạc:AnhLương-ThiênÂn

♩=65 Chậm Buồn

Am Dm
Nếu như trời không gió. Mưa sẽ về đồi thông.
Am E7
Nếu nhà không em đến. Sẽ vô cùng mênh mông.
C G7
Dà Lạt chiều xuống thấp. Bóng ai bên hàng cây.
E7 Am
Chắc nỗi buồn đứng nấp. Cho trời chiều đầy mây.
C 3 Am
Bổng dưng lòng rung cảm. Giá lạnh đâu tìm về. Từ cõi nào sâu thẳm
C 3 Am C
Nỗi buồn lên tái tê. Dà Lạt em không đến.
G7 E7
E tháng giêng bớt hồng. Hoa quỳ không còn nở.
Am (33)
Fine
Giữa vô cùng mênh mông.

QUÁN CÀ PHÊ NGÀY XƯA

Thơ : Đinh Vũ Ngọc
Nhạc:AnhLương-ThiênÂn

♩=50

Tango
S/A
Dm Gm A7
Sáng nay anh trở lại. Quán cà phê ngày xưa. Trời vào thu lành
Dm
lạnh. Rơi nhẹ vài cơn mưa. Vẫn chiếc bàn quen thuộc
Gm Dm
Bên bức tường rêu xanh. Hôm nào ngồi hai đứa.
A7 Dm D D6
Bây giờ một mình anh. Cô chủ quán cười hỏi "Anh
Bm F#m A9 D
đây mà chị đâu?" Anh ngậm ngùi không nói. Ngoài kia trời mưa mau.
Dm Dm Gm
Vẫn quen như ngày trước. Gọi hai ly cà phê.
A7 A7
Chợt nhìn chiếc ghế trống. Mới thấy mình tái tê!
Dm Gm
Vị cà phê vẫn đắng. Màu cà phê vẫn nâu. Mưa rơi buồn quán
Dm A7 Dm6 (20) FINE
vắng. Em ơi chừ ở đâu?

SẦU XUÂN

Thơ : Hàn Mặc Tử
Nhạc:HoàngAnhLương

Chậm Buồn
♩=60
Đêm xuân lạnh, bóng xuân tàn. Hoa xuân mơn trớn can
tràng thuyền quyên. Trời xuân vắng vẻ hương nguyền. Sông xuân lặng
lẻ con thuyền xa xa. Xuân đi, xuân đi đi khắp sơn
hà. Tuổi xuân chất mãi tóc da đổi màu. Ngày xuân ngày
xuân như gió thoảng mau. Tình xuân một khối ai sầu hơn ai. Mưa
xuân như nhắc chuyện đời. Rượu xuân như gợi những lời nước non.
Thề xuân dù chẳng vuông tròn. Khóa buồng xuân lại vẫn còn sầu
xuân.
Fine

TẾT ĐẾN MUÔN NHÀ

Ý thơ : P . N . L .
Nhạc:Hoàng Anh Lương

♩=130
Vui Tươi
Tết đến thêm thương nhớ quê nhà. Tết nầy nhớ
lại những Tết qua. Tiếng pháo giao thừa như văng vẳng. Mẹ cha con
cháu rước ông bà. Tết đến đem vui khắp mọi nhà. Niềm vui lan
rộng đến xứ xa. Tiết trời tuy lạnh nhưng lòng ấm. Một vùng tuyết
trắng Ca na da. Tết đến Tết đến cho ông bà nghĩ sự
đời. Cho cha cho mẹ năm mới được sống thảnh thơi. Cho cô cho
chú luôn tin cậy vào nơi Chúa. Cho con cho cháu năm mới hưởng ân phước
Trời. Tết đến mang vui khắp mọi nhà. Dù nơi xứ lạnh Ca na da.
Gia đình các Hội ta về nhóm. Tặng lời chúc Tết đẹp như hoa.
(33)

THEO EM

♩=50

Tango

Thơ: Đoàn Vị Thượng
Nhạc:AnhLương-ThiênÂn

Am Dm
Theo em từng bước chậm. Giả vờ ngó người ta.
G7 Am C
Ngó hàng cây ngó phố. Ngó vẩn vơ vậy mà.
Am E7
Nhưng dù em đến đâu. Mắt anh đều đoán trước
B7 E E7 Am
Còn nếu em quay đầu. Anh dừng bước lại lâu.
A
Theo em đi suốt con đường. Lời yêu tôi
E7 F#m E7 A F#m
ngậm buồn buồn trên môi. Theo em trăm buổi chiều

E7 A E7
rồi. Cách nhau mấy bước mà vời vợi
A Am
xa. Cứ theo em thắp thỏm. Chiều nọ tiếp chiều
Dm E7 E7
kia. Một hôm em biến mất. Anh đi hoài tới
Am (25)
khuya...

THU LY HƯƠNG

Chậm buồn

Nhạc : HoàngAnhLương

Lời : Thu Hà

♩=65
Anh(Em) biết chăng anh. Anh có biết chăng anh. Mùa
Thu CA NA DA trời chiều u buồn lắm. Khắp
nơi bao lá xanh cây phong biến đổi màu vàng, sau ngả sang đỏ
thẫm. Ta biết Thu về. Từng đàn chim
trời kéo nhau bay về phương Nam tìm nắng ấm. Gió Thu
về. Ôi gió Thu về chạnh nhớ nước nhớ quê. Rồi mùa Xuân
đến. Bao chim kia quay trở về. Lo Tâm tố mới hót đùa bên nhau vui đón
Ad Lib...
Xuân. Đã bao Thu rồi, ly hương sống nơi quê người. Em chưa trở
về vì quê ta lạc mất mùa Xuân. Anh nhớ chăng anh. Anh có nhớ chăng
anh. Mùa Thu nơi quê ta là mùa khai trường đó. Cuối

Thu mưa, gió, mây giăng đen khắp cả bầu trời. Gây bão giông lũ
lụt. Gieo cảnh hoang tàn. Hàng phượng bên
trường lá hoa rơi vàng sân bay vòng khắp hướng. Cảnh Thu
buồn. Mưa suốt canh trường gợi luyến nhớ cố hương. Mỗi Thu
Rall...
về. Ôi mỗi Thu về lại nhớ nước nhớ quê.

TƯƠNG TƯ

=80
BOSTON
Thơ : Nguyễn Bính
Nhạc:AnhLương-ThiênÂn
Am
Thôn Đoài ngồi nhớ thôn Đông. Một người chín nhớ
Am
mười trông một người. Gió mưa là bệnh của trời. Tương
tư là bệnh của tôi yêu nàng. Hai thôn chung lại một làng.
Cớ sao bên ấy chẳng sang bên nầy? Ngày qua, ngày lại qua
ngày. Lá xanh nhuộm đã thành cây lá vàng. Tương
tư anh thao thức mấy mấy đêm rồi. Biết cho ai, hỏi
ai người người biết cho. Bao giờ bao giờ bến mới gặp được đò.
Hoa khuê các, bướm giang hồ gặp với nhau? Bảo rằng cách
trở đò giang. Không sang là chẳng đường sang đã đành. Nhưng

đây cách một đầu đình. Có xa xôi mấy mà tình xa xôi...
Nhà em có một giàn trầu. Nhà anh có một hàng cau liên
phòng. Thôn Đoài thì nhớ thôn Đông. Cau thôn Đoài nhớ
trầu không thôn Đoài.
(33)
3

TẾT VỀ GIỮA MÙA ĐÔNG

♩=50
Tango

Thơ : Trúc Lan
Nhạc: HoàngAnhLương

Tết về giữa mùa đông. Tuyết rơi rơi chập chồng.
Trên cành cây trụi lá. Trút giọt sầu mênh mông.
Tết về giữa mùa đông. Gió lay lay cành phong.
Rưng rưng sầu viễn xứ. Réo rắt tiếng tơ lòng.
Tết về giữa mùa đông. Chúa Xuân có hay không.
Nàng Xuân chưa trở lại. Nọn sông bặt tiếng hồng.
Tết về giữa mùa đông. Nhấp vơi ly rượu nồng.
Say vùi thân lữ thứ. Phá thành sầu ly hương
Tết về giữa mùa đông. Mẹ mỏi mắt chờ trông.
Bao năm trời biền biệt. Mẹ có buồn con không.
Fine

THIẾT THA

Thơ : Nguyễn Đình Thứ

Nhạc :AnhLương-ThiênÂn

Rumba Bolero
♩=90
Nhớ bữa ra đi anh dặn dò. Những là chờ đợi chớ buồn lo. Đừng
đau em nhé! Thư luôn nhé. Không có phương trời anh héo khô. Nghe
nói chao ôi! Xiết thảm sầu. Trăm nghìn những muốn chết theo nhau. Lệ
không cầm nữa, tơ duyên tưởng. Vấn vít đôi ta đến bạc đầu. Cui cút ra
vào em với em. Lời kia căn dặn dám sao quên. Ai dè anh bỏ em đành
đoạn. Ôi lá hoa cùng trăng gió quên. Em có hay đâu cớ sự
nầy. Nửa chừng nửa đồi chịu chua cay. Tình anh như nắng thu đông
ấy. Lưu luyến nhân gian chả mấy ngày. Chắc hẳn anh chừ đã lửng
nhau. Vui bề gia thất ấm em sao? Tình cờ nếu gặp em đâu đó. Không biết lòng
Fine
anh nghĩ thế nào.

TÌNH LẶNG

Thơ : Lê Hoàng Anh (1958)
Nhạc: AnhLương-ThiênÂn

♩=95
Bolero
Dm Gm A7 A F Dm
Có hai người bạn thân. Quen nhau từ lâu lắm.
Chàng trai yêu cô gái. Nhưng không giám ngỏ lời.
Một hôm trên dốc cao. Thì thào trong gió thoảng
Chàng trai khe khẽ nói: Em ơi, anh yêu em.
Vì đứng ngay đầu gió. Cô gái chẳng nghe thấy.
Chàng trai cùng ngập ngừng. Không nhắc lại câu nói. Rồi thời gian cứ
trôi. Cô gái đi lấy chồng. Chàng trai buồn im lặng. Họ vẫn là bạn
thôi.
Fine

TÌNH YÊU

Nhạc :AnhLương-ThiênÂn
Thơ : Huệ Thu

Rumba-Bolero
♩=95
Tình yêu! Ai biết nó làm sao? Có thể vu vơ một tiếng chào. Có
thể giống như cành liễu rũ. Và mây vừa mới lướt qua mau. Tình yêu ai vuốt hai hàng
lệ. Ai gọi người thương một tối nào. Tiếng sóng vọng về nghe áo
não. Tưởng bờ Đại Lãnh lối phi lao... Tình yêu! Kỷ niệm tràn đâu đó. Bàng
bạc trăng thu cũng nghẹn ngào. Cùng biết tôi hôn cành nguyệt bạch. Nghe
buồn bất giác chuyện muôn sao! Tình yêu! Tôi nói bằng hơi thở. Lạnh ngắt bờ
vai tấm lụa đào. Ai nói rất xa lời rất cũ. "Dẫu gì em nhé hãy thương
(21)
nhau!"

Việt Nam Quê Hương Ta

♩=100
Hùng hồn
Nhạc : HoàngAnhLương
Lời : Trúc Lan
Việt Nam là đất nước của chúng ta. Chúng
Việt Nam là đất nước của chúng tôi. Chúng
ta không quên được nước non nhà. Việt
tôi không quên được nước non mình. Việt
Nam là đất nước của chúng ta. Chúng
Nam là đất nước của chúng tôi. Chúng
3
ta luôn tự hào nước ta. Việt
tôi luôn tự hào nước tôi. Việt
Nam có bốn ngàn năm văn hiến. Người
Nam có bốn ngàn năm văn hiến. Người
Việt Nam là con Rồng cháu Tiên. Việt
Việt Nam là con Rồng cháu Tiên. Việt

2
Nam qua bao nhiêu năm chinh chiến. Người
Nam tôi xưa kia vang tiếng súng. Người
Việt Nam ta là những người hiền. Việt
Việt Nam tôi là những người hùng. Việt
Nam là đất nước của chúng ta. Chúng
Nam là đất nước của chúng tôi. Chúng
ta lo xây dựng nước non nhà. Việt Nam là đất
tôi đâu quên được nước non mình. Việt Nam là đất
nước của chúng ta. Chúng ta lo bảo
nước của chúng tôi. Chúng tôi mơ trở
3
(91)
vệ nước ta.
về nước tôi.

VUI HỌP BẠN

Nhạc : HoàngAnhLương
Lời : Thu Hà

f (Nhạc Dạo)
ff
fff
-Nhanh Vui-
Gặp nhau nơi đây mình người Việt xa nhà. Ta vui kết giao mong đừng khi nào cách xa.
Gặp nhau nơi đây ngày họp mặt chan hòa. Vui vui xiết bao sau ngày ta lìa xứ ta.
Gặp nhau hôm nay mình người Việt ly hương.
Ngày vui hôm nay mình trò chuyện hoan ca.
3
Ta vui xiết bao khôn lường.
Nâng ly chúc nhau an hòa.
f
Nhớ đừng quên rằng ta là người Việt Nam. Và nhớ đừng quên quê
Nhớ đừng quên Mẹ cha cùng đồng bào ta. Và nhớ bạn thân, anh

2
fff
hương thân yêu Việt Nam. Ngày vui qua mau mình hẹn
em đang trông chờ ta. Cuộc vui hôm nay nào được
gặp sau nầy. Tuy ta cách xa nhưng lòng ta nào cách xa.
trọn lâu dài. Năm châu cách xa nhưng tình ta nào cách xa.
Ngày vui hôm nay mình đành tạm chia tay.
Gặp nhau hôm nay giờ mình tạm chia tay.
3
Mong mai mốt ta sum vầy.
Mong mai mốt ta sum vầy.
3
Fine
Mong mai mốt ta sum vầy.
Mong mai mốt ta sum vầy.

VỀ THĂM MŨI NÉ

Thơ : Đỗ Hồng Ngọc
Nhạc: Hoàng Anh Lương

TANGO
♩=90

Em có về thăm Mũi Né không. Hình như trời đã sắp vào
xuân. Hình như gió bấc lừa trong Tết.
Những chuyến xe đò giục bước chân.
Em có về thăm Mũi Né không.
Mùa xuân thương nhớ má em hồng.
Nhớ môi em ngọt dừa xứ Rạng.
Nhớ dáng thuyền đi trong mắt trong. Mũi Né
ơi người xưa đã xa. Mùa ơi gió bấc nhớ không ngờ.
Năm nay người có về ăn Tết. Có ngậm ngùi nghe chút ấu
3

thơ. Em có về thăm Mũi Né xưa.
Con đường sỏi đá vẫn quanh co.
3
Hoàng hôn sóng vỗ bên trời biếc. Sóng vỗ trong lòng ta ngẩn
3
ngơ. Em có về thăm Mũi Né yêu.
Mười năm như một thoáng mây chiều.
3
Mười năm vườn cũ chim bay về.
Rall...
Rall...
(33)
FINE
Áo trắng chân mềm em hắt hiu.

XA EM RỒI

Ý thơ:ThanhYên-HươngTrang
Nhạc : AnhLương - ThiênÂn

♩=100
RumbaBolero

Am
Dm
Xa em rồi, tôi làm thơ ai đọc. Ai dìu em đi dạo phố đông
C
Dm
C
Am
E7
người. Tôi rộn vui khi trông thấy em cười. Tôi buồn bã khi giờ em xa
Am
vắng. Cảm thấy buồn, tôi làm thơ, soạn nhạc. Trời phương nào cũng khổ phải không
C
Em
Am
E7
Am
em? Thiếu mất em tôi nghe lòng se thắt. Tiếng nhạc sầu réo gọi ở trong
Am
Dm
tim. Dù biết xa nhau sẽ rất buồn. Tôi về cô quạnh nỗi nhớ thương. Không
E7
B7
Em
gian chìm lặng thời gian chết. Sao thấy lòng mình mãi vấn vương. Nhớ ngày
Am
Am7
Am
C
xưa ta chia sớt ngọt bùi. Giờ cách biệt không còn chi nói nữa. Có thể
Am
E7
Em7
Am6
(18)
Fine
quên, em coi tôi xa lạ. Vĩnh biệt chào, trả hết nỗi buồn vui...

VẠN LÝ TÌNH

Thơ: Huy Cận
Nhạc: HoàngAnhLương

♩=72
SLOW
Người ở bên trời ta ở đây. Chờ mong phương nọ ngóng phương nầy.
Tương tư đôi chốn tình ngàn dặm. Vạn lý sầu lên núi tiếp mây.
Người ở nơi nào nay có hay. Người thấu chăng ta nhớ bên nầy.
Xa xôi không biết (Còn;ngày) những gặp lại. Vạn nỗi sầu theo với bóng
ai. Nắng nắng đã xế về, về rồi bên phía bạn. Chiều mưa trên
bãi, nước sông đầy. Trông trông về bốn phía ôi nhớ không nguôi
nhớ. Dơi động hoàng hôn thấp thoáng bay. Người ở bên trời ta ở đây.
Chờ trông trông chờ nhớ vơi ngày. Chăn (1) đơn không ấm người nằm một.
Quạnh quê chiều hôm biết gối tay.

XÓM VẮNG

Thơ : Trần Mạnh Hùng
Nhạc : AnhLương-ThiênÂn

=120
FOX
Am
Dm7
C
Am
Ở nơi ấy tôi sống. Và lớn lên nên người. Có mối tình thơ dại.
E7
Am
E7
Dm9
Chẳng bao giờ nguôi ngoay. Vừa chớm thì con gái. Em phải đi lấy
C
Em9
E7
Am
chồng. Đôi mắt buồn ngoái lại. Đầu làng tôi ngóng trông. Gởi
Esus4
A
F#m
A
niềm đau nổi nhớ. Rời làng tôi ra đi. Bao năm trời cách
E7
B7
E
Am
trở. Thương về một nẻo quê. Mái tóc xanh là thế.
G7
C
Am6
E7
Cứ lặng lẽ phai màu. Thoảng nỗi đau chợt lóe. Em bây giờ nơi
(33)
Am6 Fine
đâu...?

Nhạc
THIẾU NHI
&
Nhạc
CỘNG ĐỒNG

BẮT BƯỚM

♩=175 (VALSE) - Hoàng Anh Lương - ThuHà -

0
Bươm bướm đậu trên cành. Một
cô bé lanh chanh. Rình đuổi theo bắt bướm.
Cánh đẹp bướm rách bươm. Bướm đẹp, bướm
xinh nhờ đôi cánh. Bướm xinh, bướm đẹp bướm bay
nhanh. Bươm bướm sợ ong bầu. Bọn
ong chúng phe nhau. Thường bủa vây khắp lối.
Cấn được bướm mới thôi...

CÁI CÒ CÁI VẠC CÁI NÔNG

Nhanh Vui ♩=130 - Hoàng Anh Lương -Thu Hà -

0
3
-Cái
-Cái
cò nầy, cái vạc, cái nông. Ba cái đều lớn vặt
cò nầy, cái vạc, cái nông. Ba cái cùng béo vặt
lông cái nào? Đợi tao nầy xét lại xem
lông cái nào? Vặt lông nầy cái vạc cho
sao. Mài dao, lấy thớt... sẵn chờ lệnh nghe....
tao. Hành, tiêu, mắm, muối... bỏ vào mà thuôn....

BƯỚM GẶP ONG

- Hoàng Anh Lương -Thu Hà

♩=150 (Vui thích)
0
Trời trong sáng rồi. Bướm ong vui chơi.
Quanh khắp nơi nơi. Chúng lượn bay đông rực trời. Đàng xa trước
nhà. Bầy bướm trắng qua. Khi thấy ong ra. Chúng vội
bay qua sau nhà... Bướm không thích ong đâu. Ong gặp bướm chẳng
chào. Bướm ong thường gặp nhau. Gặp rồi lại lánh nhau. Kìa con bướm
hồng. Nó bay thong dong. Khi thấy con ong. Bướm lượn
bay lui một vòng. Vài con bướm vàng vừa mới đến ngang.
Khi thấy con ong. Bướm lượn bay cao hai vòng...

BÉ NGOAN ĐI HỌC

♩=150
Vui tươi
H.AnhLươngNguyễnngọcQuan
0
Mặt trời lên. Nắng đã lên. Nhưng cỏ cây xanh còn đượm màu
sương. Mặt trời lên. Nắng đã lên. Mau chúng ta lo đi nhanh đến trường.
Đường tuy xa chớ lo ra. Ngang ngả ba(tư) ta nên tạm dừng chân.
Nhìn xa xa, thấy xa xa. Không có xe ta mới băng qua đần.
Mau ta lo đi đi đi nhanh đến trường. Dù đường còn xa đường xa ta nào sá.
Mau ta lo đi đi đi nhanh đến trường. Thầy cùng cô ta, các bạn đang chờ
ta. Ngàn thông reo. Gió vi veo. Chim líu lo muôn nơi cùng hòa theo.
Trường em bên suối trong veo. Lơ lửng treo cheo leo ngang phía đèo.
Thầy cô khen. Má Ba khen. Khen nói em sao ngoan thật là ngoan. Chị em
khen. Các anh khen. Khen nói em chưa có ai ngoan bằng...

BÉ YÊU

♩=150 (Thân ái)

-Hoàng Anh Lương-Trần Hữu Đức-

0
Em yêu thương cha mẹ nhất trong nhà. Thứ nhì yêu anh
chị em của ta. Em yêu thương tôn trọng hết ông bà.
Mến bên nội bên ngoại gần xa. Ngày hôm nay
đây ta gắng công học hành. Ngày mai sau nầy ta mới
được thành danh. Em luôn luôn chăm học nhất trong trường.
Các bạn thương, cô thầy luôn yêu thương. Em mong sau công
toại với danh thành. Xứng danh người dân Việt hùng anh...

BÚP BÊ CỦA EM

♩=105 (Thích thú) - Hoàng Anh Lương -Thu Hà -

0
-Tang là tang là tang tính tang.
Tang là tang tình tang tính tình. Ba má em mới cho con búp bê bé xinh
xinh. Tang là tang tình tang tính tang. Tang là tang tình tang tính tình.
Em giấu con búp bê. Giữ riêng giữ chơi riêng mình... Búp bê này. ta
nói cho búp bê nghe. Búp bê đừng có khóc nhè ta mới thương.
Tang là tang tình tang tính tang. Tang là tang tình tang tính tình.
Em thích con búp bê. Đôi mắt trông rất xinh xinh.
Tang là tang tình tang tính tang. Tang là tang tình tang tính tình.
Em thích con búp bê. Giữ luôn giữ luôn bên mình...

BÓI VUI

- Hoàng Anh Lương -

=160 (VALSE)
0
Số (cô,em,anh,ông) chẳng giàu thì
nghèo. Ngày ba mươi Tết có thịt treo trong nhà.
Số (cô,em,anh,ông) có mẹ, có cha.
Mẹ cô đàn bà còn cha cô đàn ông.
Số (cô,em,anh,ông) có vợ, có chồng.
Đứa con đầu lòng chẳng gái thời trai... Tang
tình tang tính tang tang. Tang tình tang tính tang tang...

CHƠI CHUYỀN BANH

-Hoàng Anh Lương-TrúcLan-

♩=140 Vui hoạt
Nào cùng ngồi thành hình vòng tròn quanh đây. Chúng ta
cùng đưa chuyền tay nhau quả Banh này. Nào cùng chuyền một chiều đều
liền nhanh tay. Chúng ta chuyền cho thật là khéo và thật hay...
Nầy quả Banh đây. Xin bạn hãy cầm lẹ lên tay ngay. Rồi bạn trao
nhanh Banh nầy cho bạn ngồi cạnh bên ngay. Nếu để rớt Banh. Xin
mời hai bạn cùng đi ra. Nếu rớt tiếp Banh. Xin mời hai bạn trở
vô nhanh... Ngồi chờ đợi người bạn mình chuyền Banh sang. Chúng ta
cùng nhau vỗ tay lên và múa đều. Ngồi chờ đợi người bạn mình
chuyền Banh sang. Chúng ta cùng reo và cùng hát đều đều vang...

CHƠI BÓNG CHUYỀN

-Hoàng Anh Lương-ThuHà-

Hào hứng
♩=140
0
Hẹn gặp hôm nay mình đi chơi đánh
Hẹn gặp hôm nay mình đi chơi đánh
banh. Mình có bao nhiêu, mình cứ chia đều
banh. Mình có bao nhiêu, mình cứ chia đều
nhau. Giờ nầy hai phe cùng ra sân đánh banh. Đội
nhau. Giờ nầy hai phe cùng ra sân đánh banh. Đội
phía bên kia cùng thi đấu bên nầy. Giờ ta giao
phía bên kia cùng thi đấu bên nầy. Giờ ta giao
đấu. Cùng đánh mạnh banh. Banh chuyền tay nhau. Giữ
đấu. Cùng đánh mạnh banh. Banh chuyền tay nhau. Giữ
cho được banh. Rồi trong khi đấu. Mình cố chuyền
cho được banh. Rồi trong khi đấu. Mình với đập
nhanh. Bên nào banh rơi. Bên đó thua rồi...
banh. Banh mà ra khung. Bên đánh thua rồi...

CHƠI ĐẤU GƯƠM

♩=120 (Vui hoạt) - Hoàng Anh Lưởng -Thu

0
Tôi cùng anh, hai ta ra thi
đấu. Anh đánh gưởm, so gưởm chơi với
tôi. Anh cùng tôi, hai ta ra thi đấu. Hai đứa
ta mang gưởm bên đây rồi.
Đôi ta vui cùng nhau đấu. Xem coi ai thấp ai
cao. Đôi ta vui cùng đấu nhau.
Xem coi ai thắng đây nào...

CHƠI KÉO DÂY

♩=140 (Cố gắng) -Hoàng Anh Lương-ThuHà-

Chia hai phe chúng ta kéo dây đua nè.
Mau chuẩn bị sợi dây to ra nhé.
Phe anh qua đứng sang phía bên vạch nầy.
Phe còn lại bọn tôi sang phía đây. Ráng kéo lên đi.
Cố sức lo trì. Bám ngón chân tì.
Đừng nên nản chí. Lấy sức chân tay. Cố nín hơi dài.
Kéo kéo cho tài. Phe mình thắng ngay...

CHƠI KÉO DÂY

♩=140
Kiên trì
- Hoàng Anh Lương-Thu Hà -
0
Staff-1
Chia hai phe chúng ta kéo dây đua nè. Mau chuẩn bị sợi dây to ra nhé.
Chia hai phe chúng ta kéo dây đua nè. Mau chuẩn bị sợi dây to ra nhé.
Phe anh qua đứng sang phía bên vạch này. Phe còn lại tụi tôi sang phía đây.
Phe anh qua đứng sang phía bên vạch này. Phe còn lại tụi tôi sang phía đây.
Ráng kéo lên đi. Cố sức lo trì.
Ráng kéo lên đi. Cố sức lo trì.
Bám ngón chân tì. Đừng nên nản chí.
Bám ngón chân tì.
Lấy sức chân tay. Cố nín hơi dài.
Đừng nên nản chí. Lấy sức chân tay.
Kéo kéo cho tài. Phe mình thắng ngay...
Cố nín hơi dài. Kéo kéo cho tài. Phe mình thắng ngay...

CHÚNG TA LÀ ANH EM

♩=145(Thân thiết)
-Hoàng Anh Lương-Trúc Lan-
0
-Hãy xem chúng
-Hãy xem chúng
ta như anh em bạn với nhau. Đừng có xét
ta như anh em ruột với nhau. Đừng có khách
nét cũng đừng có rụt rè. Hãy xem chúng
sáo cũng đừng có màu mè. Hãy xem chúng
ta như anh em bạn thân thiết nhau. Nói
ta như anh em ruột thương mến nhau. Kể
thẳng lòng mình cho các bạn cùng nghe...
chuyện đời mình cho các bạn cùng nghe...

CHUỒN CHUỒN-CÀO CÀO VÀ BỌ RẦY

♩=135 (Kể chuyện)

-HoàngAnhLương-ThuHà-

0
La . . . .
La . . . .
La . . . .
la. Con chuồn chuồn. Cái con cái con chuồn
la. Con cào cào. Cái con cái con cào
la. Con bọ rầy. Cái con cái con bọ
chuồn có cánh mà không lo bay. Con chuồn
cào có cánh mà không lo bay. Con cào
rầy có cánh mà không lo bay. Con bọ
chuồn có cánh mà không lo bay. Để hai thằng
cào có cánh mà không lo bay. Để hai thằng
rầy có cánh mà không lo bay. Để hai thằng
(3)
nhỏ thò tay bắt mầy...
nhỏ thò tay bắt mầy...
nhỏ thò tay bắt mầy...

CON CHIM SÁO SẬU

- Hoàng Anh Lương -

♩=125
(Kể chuyện)
0
Con chim Sáo Sậu là con
chim Sáo Sậu. Ăn cơm nhà cậu lại uống
nước nhà cô. Con chim Sáo
Sậu đến uống nước nhà cô. Đánh vỡ bát
ngô rồi bà cô phải đền...

CON CÓC NGỒI NGOÀI MIỆNG HANG

-HoàngAnhLương-ThuHà-

♩=135 (Vui hoạt)
0
Staff-1
Các bạn ơi mình nhanh lại đây xem nào.
Con cóc kia nó ngồi ngoài miệng hang đang múa. Các bạn
ơi mình cùng tới gần đây mau. Con cóc
đang nghiến răng cầu xin cho trời mưa...

CON CÒ

♩=160
Kể chuyện
-HoànganhLương-TrúcLan-
-Có con cò là con cò con. Bay đi theo đàn cò lớn.
-Có đôi cò ngà xinh thật xinh. Đang đi đi rình mồi cá.
Chúng đáp xuống ao nước tròn. Ao không sâu nên kiếm mồi dễ hơn.
Thoáng thấy có con rắn dài. Hai con tung bay gấp về tổ ngay.
Có con cò là con cò đen. Bay đi theo đàn cò trắng. Chúng đáp xuống ao
Có con cò cà tong cà teo. Đang đi theo đàn cò béo. Mới thấy có con
nước phèn. Tranh nhau đi lo kiếm mồi để ăn... Có con cò là
cá kèo đang bơi bơi nên nó liền đuổi theo... Có con cò là
con cò lùn. Chân dẫm lên bùn trên ruộng lúa của nhà nông. Cái cò nầy, cái vạc, cái
con cò vàng. Chân bước đi càn trên ruộng lúa của nhà nông. Cái cò nầy, cái vạc, cái
nông. Sao mầy dậm lúa của nhà ông hỡi hỡi cò? Có đôi cò là đôi cò ma.
nông. Sao mầy dậm lúa của nhà ông hỡi hỡi cò? Có đôi cò vừa đi vừa la.
Đang đi ra ngoài bờ đá. Chúng bắt lấy con cá dài. Chia nhau
Đang lom khom tìm mồi cá. Chúng chớp chớp đôi cánh dài. Chân co
ăn xong cá liền về ngay. Có đôi cò cẳng cao cổ cong. Bay qua sông
co như lấy đà để bay. Có đôi cò vừa bay vừa la. Bay ra xa
về đồng trống. Thoáng thấy bóng cây phía giồng, bay nhanh
dọc bờ đá. Chúng đáp xuống ngay cuối bờ. Hai con
hơn mong xuống hòng nghỉ ngơi...
đang lo kiếm chỗ nghỉ chân...

CON CÒ QUÈ CHÂN

♩=140 (Kể chuyện) - Hoàng Anh Lương -

0
Con Cò mà đậu cành
tre. Thằng Tây bắn súng Cò què một chân. Sáng
mai đi chợ Đồng Xuân. Chú khách mới
hỏi "sao chân con Cò què". Cò
rằng nầy Cò đứng bên bụi tre. Thằng Tây bắn
súng, Cò què một chân...

CON KIẾN KIỆN CỦ KHOAI

♩=135
(Vui Hoạt)
- Hoàng Anh Lương -
0
D
Con Kiến nầy. Mầy
Bm D G
kiện Củ Khoai. Mầy chê tao khó, lấy
A7 D G A7
ai làm giàu. Nhà tao nầy chín
A7 D7 G
đụn, mười trâu. Lại thêm ao cá, có
D7 G
cầu rửa chân...

CON MÈO CỦA EM

Hoàng Anh Lương - Thu Hà

♩=135
(Kể chuyện)
0
-Con MÈO của em lông xám có đốm trắng. Tối đến nó
-Đêm nào Trời mưa to nó mới kiếm Cá. Mắt nó thấy
thường hay vui chơi trong trăng. Con MÈO thường leo tranh vởi các chú
mồi đang lên xa xa xa. Bên thềm bờ ao con Cá mởi lóc
Rắn. Bắt lấy Sóc, Chuột, Chim, Dơi... về nhà ăn. Con MÈO của
tối. Nó cắn đứt đầu mang thân về nhà xơi. Con MÈO của
em thích đeo theo ghẹo theo chọc con Heo. Con Heo tức quá rượt lại
em thích đeo theo ghẹo theo chọc con Công. Con Công tức đá mạnh lại
theo con MÈO. Con MÈO thường đi đuôi nó quấn quấn quấn.
hông con MÈO. Con MÈO thường no kêu tiếng "Méo, Méo, Méo".
Lúc nó mới ngồi đuôi cong quăn quăn quăn. Con MÈO của em ria
Lúc đói nó buồn kêu lên "Meo, Meo, Meo". Ăn mồi vừa xong chui
mép trắng, cứng, ngắn. Lúc nó bắt mồi nhe nhe lộ hàm răng...
kiếm các xó tối. Mắt nhắm híp lại, co thân rồi nằm thôi...

CON TRĂN TO

♩=140 (Vui hoạt) HoàngAnhLương-HuyTrường

0
Staff-1
-Ra đây mà xem các bạn ơi.
-Ra đây mà xem các bạn ơi.
-Ra đây mà xem các bạn ơi.
Có con trăn mình sao ôi lớn dài. Ra
Có con trăn bò đi nhanh quá trời. Ra
Có con trăn rình lo săn bắt mồi. Ra
đây mà xem các bạn ơi. Trăn đang bò, nó
đây mà xem các bạn ơi. Trăn đang bò, nó
đây mà xem các bạn ơi. Ăn xong mồi nó
bò đi quá hay.
bò đi khắp nơi.
nằm yên đó thôi...

CON VE VÀ CON KIẾN

♩=150

(Kể chuyện)

-HoàngAnhLương-ThuHà

0
Kìa con kiến kia sao
Hè ve cứ reo ca
đi tối ngày. Bò vòng
vang suốt ngày. Chẳng cần
vòng quanh trên khắp thân cây.
làm, qua xin kiến cho vay.
Vì con kiến luôn lo đi kiếm mồi.
Mùa đông đến ve ăn mau hết mồi.
Tha đem về vựa đầy tổ mới thôi...
Ve bây giờ đành nằm chịu đói thôi...

CON VOI TO

HoàngAnhLương-HuyTrường

♩=140
Vui hoạt
0
1
-Có con Voi kia mới vừa đi qua. Bốn chân
-Chú Voi to kia đứng lại xa xa. Cái đuôi
cao to trông như cái cột nhà. Với đôi tai Voi sao
con Voi trông như cái chổi chà. Mắt con Voi ôi sao
mà lớn quá. Hai cái ngà dài bên
mà bé quá. Trông cái vòi dài luôn
cái vòi đưa ra.
cuốn vòng hươ ra...

CÓ AI BẰNG EM ĐÂU

♩=160 (Hồn nhiên)
-HoànganhLương-ThuHà-
Có ai bằng em đâu. Mỗi buổi sáng em luôn lo nguyện cầu.
Có ai bằng em đâu. Mỗi buổi tối em luôn lo học bài.
Có ai bằng em đâu. Mỗi buổi sáng em siêng tập thể thao.
Có ai bằng em dâu Mỗi buổi tối em lo học vá may.
Có ai bằng em đâu. Mỗi buổi sáng em không quên lau nhà.
Có ai bằng em đâu. Mỗi buổi tối nghe theo Cha khuyên rằng
Có ai bằng em đâu. Mỗi buổi sáng qua chơi cùng Mẹ Cha.
"Nhớ sau lần con ăn, và mỗi sáng con nên cần chà răng".
Làm phụ thêm hết công việc trong nhà. Em góp phần giúp đỡ cho Mẹ Cha.
Còn gì hơn sống chung Mẹ Cha già, luôn hết lòng giúp đỡ khuyên dạy ta.
Về phần em bổn phận mình làm con. Em ráng lo, ráng lo sao cho
Tuổi còn thơ, muốn mình được thành danh. Ta quyết tâm cố siêng năng học
tròn... Có ai bằng em đâu. Mỗi buổi sáng em luôn lau mặt mày.
hành... Có ai bằng em đâu. Mỗi lễ lớn em không quên tặng quà.
Có ai bằng em đâu. Mỗi buổi sáng em ra vườn tưới cây.
Có ai bằng em đâu. Mỗi lễ lớn dâng Cô Thầy bó hoa.
Có ai bằng em đâu. Mỗi buổi sáng em luôn lo ôn bài.
Có ai bằng em đâu. Mỗi lễ lớn em đi thăm Ông Bà.
Có ai bằng em đâu. Mỗi buổi sáng lo vô trường học ngay...
Có ai bằng em đâu. Mỗi lễ lớn em dâng quà Mẹ Cha...

CÔNG CHA NGHĨA MẸ

♩=140 (Valse)
-HoànganhLương-ThuHà-
Qua bao năm tháng nuôi nấng chúng ta. Mẹ Cha công
lớn hơn là Đại Dương. Mẹ dạy ta hiền hòa. Mẹ dạy ta nết na.
Cha dạy yêu nước, yêu nhà Việt Nam... Khi tuổi còn bé thơ.
Ta nào có biết đâu. Cha Mẹ thương con như Biển Hồ lai láng.
Khi tuổi còn bé thơ. Ta nào có thấy đâu. Cha Mẹ nuôi con không tính
tháng không tính ngày. Công Cha to lớn như núi Thái Sơn.
Nghĩa Mẹ như nước trong nguồn chảy ra. Một lòng ta thờ Mẹ.
Một lòng ta kính Cha. Cho tròn chữ hiếu mới là đạo con...

CỐ GẮNG HỌC

-HoànganhLương-TrúcLan-

Valse. ♩=140
Ngày nay cố gắng. Mai sau thành tài. Ngày nay cố
gắng. Huy hoàng tương lai. Anh em chúng ta ráng lo học hành. Mong sao chúng
ta mau được thành danh. Tuổi thơ ta nhớ không ham bạc tiền. Tuổi thơ ta
nhớ ham học cho chuyên. Anh em chúng ta muốn nên thân người. Ta luôn lắng
nghe Cô Thầy giáo khuyên:" Hỡi các cô cậu bé con. Đang lúc tuổi còn non. Các
cô cậu phải chăm học. Có học mới nên khôn..." Đừng quên đất
nước đang trông người tài. Cùng nhau chung sức xây dựng tương lai. Không quên chúng
ta giống dân Lạc - Hồng. Luôn luôn đấu tranh bảo vệ non sông. Cầu mong đất
nước mai sau hùng cường. Toàn dân vui sống trong tình yêu thương. Anh em chúng
ta quyết chung một lòng. Luôn lo góp công xây dựng núi sông...

CÙNG MÚA HÁT CHO VUI

♩=140 (Vui Hoạt) - HoàngAnhLưởng-ThuHà -

0
1/Cùng ĐẾN CHUNG VUI anh chị em
2/Cùng NẮM TAY NHAU anh chị em
ơi. Cùng HÁT CHO VUI anh chị em
ơi. Cùng MÚA CHO VUI anh chị em
ơi. Cùng HÁT VANG LÊN anh
ơi. Cùng MÚA QUANH SÂN anh
chị em ơi. Cùng BƯỚC RA
chị em ơi. Cùng MÚA NHANH
ĐÂY anh chị em ơi...
LÊN anh chị em ơi....

DÂN LÀNG ĐÓN TẾT

Nhạc dạo
♩=140
HoàngAnhLương-ThuHà.
0
Hân hoan
Chim non trên cành cùng
nhau ríu rít hót vang. Trời đang bừng sáng ánh dương sắp lên ló dạng.
Dân chúng trong làng cùng nhau vui đón xuân sang. Tết đến nơi rồi pháo
reo vang khắp xóm làng. Từng đoàn người đi đi chúc Tết vui ghê.
Dập dìu từ xa con cháu khắp nơi về. Nhà nhà đều chưng Hoa,
Bánh, Trái... sum sê. Còn gì vui hơn Tết ở đồng quê.
Bao em nô đùa cùng khoe áo mới với nhau. Quần len giày bóng áo
xinh chiếu lên lắm màu. Lân múa chung Địa rập theo chiêng trống đi
sau. Tết đến đây rồi khắp nơi dân chúng đón chào...

DÂN VIỆT OAI HÙNG

NguyễngọcQuan -H.AnhLương

Hùng mạnh ♩=120
0
-Lê Lợi, Quang Trung xây giang
-Dân Việt Nam ta qua bao
-Dân Việt Nam ta không nhơ
-Hơn ngàn năm qua quân dân
sơn lo chống quân thù. Không nệ nguy
phen chiến đấu không ngừng. Dân Việt Nam
danh con cháu Tiên Rồng. Dân Việt Nam
ta lo đánh quân Tàu. Sau gần trăm
nan xông pha ra sa trường cứu nước. Toàn
ta luôn luôn lo trau dồi trí đức. Vì
ta luôn hy sinh lo gìn giữ nước. Ngày
năm quân dân ta lo diệt quân Pháp. Tổ
dân ta hy sinh cương quyết đem thân nam
tương lai non sông, yêu mến quê hương ông
mai non sông ta tươi sáng hơn, vinh quang
tiên ta hiên ngang đem máu xương xây quê
3
nhi ra gắng công lo xây đắp Sơn Hà...
cha, nên chúng ta vươn lên chống quân thù...
hơn. Dân chúng ta luôn vui sống thanh bình...
hương, nay chúng ta yên vui sống an lành...

ĐÁNH TÙ TÌ

- Hoàng Anh Lưởng-ThuHà -

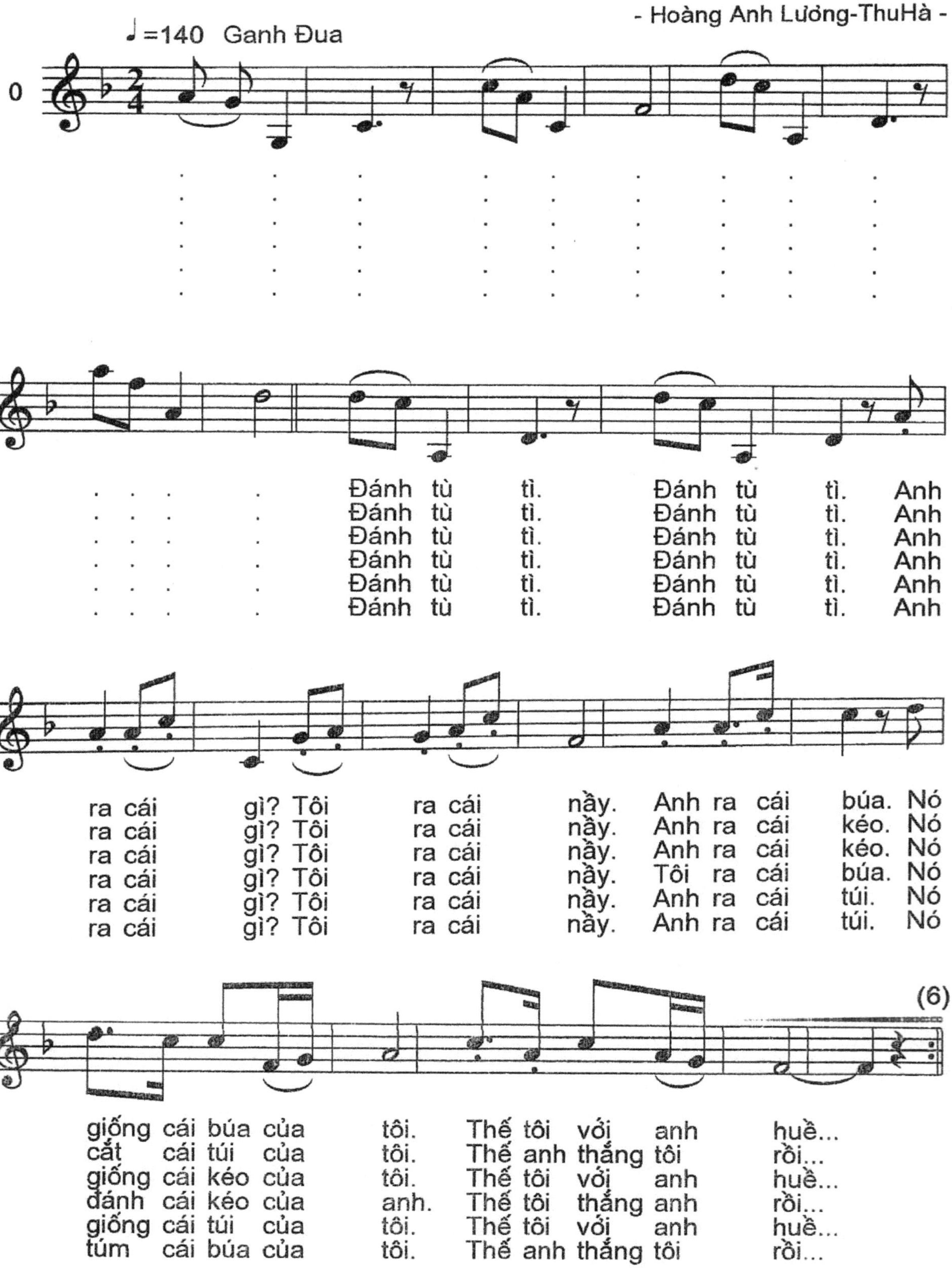
♩=140 Ganh Đua
0
Đánh tù tì. Đánh tù tì. Anh
Đánh tù tì. Đánh tù tì. Anh
Đánh tù tì. Đánh tù tì. Anh
Đánh tù tì. Đánh tù tì. Anh
Đánh tù tì. Đánh tù tì. Anh
Đánh tù tì. Đánh tù tì. Anh
ra cái gì? Tôi ra cái nầy. Anh ra cái búa. Nó
ra cái gì? Tôi ra cái nầy. Anh ra cái kéo. Nó
ra cái gì? Tôi ra cái nầy. Anh ra cái kéo. Nó
ra cái gì? Tôi ra cái nầy. Tôi ra cái búa. Nó
ra cái gì? Tôi ra cái nầy. Anh ra cái túi. Nó
ra cái gì? Tôi ra cái nầy. Anh ra cái túi. Nó
(6)
giống cái búa của tôi. Thế tôi với anh huề...
cắt cái túi của tôi. Thế anh thắng tôi rồi...
giống cái kéo của tôi. Thế tôi với anh huề...
đánh cái kéo của anh. Thế tôi thắng anh rồi...
giống cái túi của tôi. Thế tôi với anh huề...
túm cái búa của tôi. Thế anh thắng tôi rồi...

ĐẦM SEN

♩=130 Nhanh Vui
Hoàng Anh Lương-Thu Hà
Trong đầm gì đẹp cho bằng sen.
Lá xanh bông trắng lại chen nhụy vàng. Nhụy
vàng bông trắng lá lại xanh. Gần bùn mà
chẳng hôi tanh mùi bùn. Ối a ối a ơi
à! Sống trong các nơi ao đầm. Ối
a ối a ơi à! Sống gần đất bùn vẫn thơm...

ĐẾN ĐÚNG GIỜ

♩=140
Nghiêm chỉnh
HoàngAnhLương-ThuHà
0
Ta nên đến đúng giờ. Ta nên đến đúng giờ. Vì mọi
người đang chờ đợi ta nơi ấy. Ta nên đến đúng giờ. Ta nên
đến đúng giờ. Vì mọi người đang chờ đợi ta đến ngay. Cho
dù trời mưa to. Cho dù trời gió lớn. Ta cố đến đúng giờ. Đến
đúng giờ tốt hơn. Ta nên đến đúng giờ. Ta nên đến đúng giờ. Vì buổi
họp quan trọng của ta sắp tới. Ta nên đến đúng giờ. Ta nên
đến đúng giờ. Vì mọi người đang chờ đợi ta tới nơi...

ĐI CÀY

♩=140 (Vui tươi) - Hoàng Anh Lương -

0
Lao xao gà gáy rạng
ngày. Vai vác cái cày. Tay dắt con
trâu. Bước chân xuống cánh đồng
sâu. Mắt nhắm mắt mở đuổi trâu ra
cày. Ai ơi bưng bát cơm đầy. Nhớ công hôm
sớm cấy cày cho chăng. Khoan hò là hò hò
khoan. Khoan hò là hò hò khoan...

ĐỐ ĐÁP ĐÚNG

- Hoàng Anh Lương - Thu Hà -

♩=110 (Vui Hoạt)
0
Đố ai nầy. Cá bống có mấy hang? Cá
Đố ai nầy. Cá lóc có mấy râu? Cá
Đố ai nầy. Rắn mối có mấy tai? Giống
Đố ai nầy. Rắn nước có mấy răng? Rắn
Đố ai nầy. Cá chốt có mấy mang? Cá
trê có mấy ngạnh? Tôm càng(hùm) có mấy chân? Đáp
thia(thia) có mấy kỳ? Con ruồi có mấy chân? Đáp
cua có mấy càng? Con còng có mấy chân? Đáp
trung có mấy đầu? Con rồng có mấy chân? Đáp
tra có mấy ngạnh? Cua đồng có mấy chân? Đáp
ngay rằng: Cá bống có hai hang. Cá trê có
ngay rằng: Cá lóc có hai râu. Cá thia(thia) có
ngay rằng: Rắn mối có hai tai. Giống cua có
ngay rằng: Rắn nước có hai răng. Rắn trung có
ngay rằng. Cá chốt có hai mang. Cá tra có
(5)
hai ngạnh. Tôm càng(hùm) có tám chân...
hai kỳ. Con ruồi có sáu chân...
hai càng. Con còng có tám chân...
hai đầu. Con rồng có sáu chân...
ba ngạnh. Cua đồng có tám chân...

ĐỐ VUI

♩=140 (Vui Hoạt) - Hoàng Anh Lương -Thu Hà -

0
-Tôi xin đố anh chị em rằng:
-Tôi xin đố anh chị em rằng:
-Tôi xin đố anh chị em rằng:
-Tôi xin đố anh chị em rằng:
-Tôi xin đố anh chị em rằng:
-(Bò,Cừu, Chồn, Chuột, Mèo, Rùa,.. có4 Chân).
-GHI CHÚ : Tên những con đáp
Con gì có Bốn Cái Chân?
Con gì có Tám Ngón Chân?
Con gì Có Cánh Sáu Chân?
Con gì có Tám Cái Chân?
Con gì có Cánh có Đuôi?
(Gà, Cò, Diều,Vịt... có8 Ngón Chân).
lời phải có dấu Huyền(`) hoặc
Tôi xin đáp ra liền ngay
Tôi xin đáp ra liền ngay
Tôi xin đáp ra liền ngay
Tôi xin đáp ra liền ngay
Tôi xin đáp ra liền ngay
(Ruồi,Mòng...có Cánh 6Chân). (Còng, CuaĐồng, TômHùm..có8Chân)
có dấu Nặng (.)
(5)
rằng: Con Bò có bốn cái Chân.
rằng: Con Gà có Tám Ngón Chân.
rằng: Con RUỒI có Cánh Sáu Chân.
rằng: Con CÒNG có Tám Cái Chân.
rằng: Con CÒ có Cánh có Đuôi.
(Cò, Gà,Diều, Vịt... có Cánh có Đuôi).

ĐỪNG NÓI DỐI NÓI XẤU

♩=170 (Nhất quyết) - Hoàng Anh Lương -Thu Hà -

0
Đừng, đừng, đừng nói dối với nhau nghe anh chị em
ơi. Chúng ta có thấy sao thì chúng ta nói ra như vậy.
Đừng, đừng, đừng nói dối với nhau nghe anh chị em ơi.
Chúng ta cần nói ra. Nên nói lên sự thật mới hay...
3
Nói dối là tật mà chúng ta phải chừa. Còn nói xấu người thì người
3
nào có ưa... Đừng, đừng, đừng nói xấu với nhau nghe anh chị em
ơi. Chúng ta nói tốt nhau thì chúng ta có đâu tội gì.
Đừng, đừng, đừng nói xấu với nhau nghe anh chị em ơi.
Nói cho bạn tốt đi. Ta có đâu bị thiệt mất chi...

ĐƯỜNG ĐẾN TRƯỜNG

♩=150 Hăng hái
Hoàng Anh Lương-ThuHà
Đường đi đến trường còn xa lắm bạn ơi. Chúng ta bước
nhanh cho đến nơi kịp thời. Chờ khi tới trường rồi ta sẽ nghỉ
ngơi. Trong khi bước đi chớ dừng lại rong chơi. Nhanh nhanh
chân chúng ta bước cho thật dài. Nhanh nhanh chân chúng ta bước
đều hăng hái. Nhanh nhanh lên cô giáo đang ngóng trông chờ ta.
Nhanh nhanh lên bao chúng bạn đang chờ đợi ta. Đường đi đến
trường nhiều chim hót chào ta. Thấy nơi đám đông ta chớ
nên la cà. Đường đi đến trường còn qua mấy ngã ba.
Ta trông hết xe mới từ từ băng qua...

ĐƯỜNG ĐI KHÔNG KHÓ

Marche
♩=140
Hoàng Anh Lương - Anh Thiện
Đường
Đường
Đường
đi tuy khó nhưng mà ta không lui bước. Đường đi tuy
đi tuy khó cho dù luôn mưa hay nắng. Đường đi tuy
đi tuy khó. Nhưng mà ta luôn kiên chí. Đường đi tuy
khó nhưng mà ta cố vượt lên. Đường đi tuy khó nhưng mà
khó cho dù qua núi vượt sông. Đường đi tuy khó nhưng lòng
khó. Nhưng mà ta chớ ngại chi. Đường đi tuy khó, Nhưng nhờ
ta lo xa trước. Đường đi tuy khó nhưng nhờ chân bước cho
ta không lo lắng. Đường đi tuy khó nhưng thề ta quyết một
ta luôn nhanh trí. Đường đi tuy khó. Nhưng nhờ ta lắm kiên
bền. Đường đi khó. Nhưng không khó vì ngăn sông cách núi.
lòng. Đường đi khó nhưng không khó vì ngăn sông cách núi.
trì. Đường đi khó. Nhưng không khó vì ngăn sông cách núi.
3
(3)
Mà khó vì lòng người ngại núi e sông...
Mà khó vì lòng người ngại núi e sông...
Mà khó vì lòng người ngại núi e sông...

ĐƯỜNG GẦN ĐƯỜNG XA

HoàngAnhLương-TrúcLan.

♩=165 (Quyết tâm)
0
Đường xa thì mặc dường xa. Nhanh chân ta bước đường xa ra thành gần.
Đường xa thì mặc đường xa. Nhanh chân ta bước dường dài lại ngắn ra.
Đường xa thì mặc đường xa. Nhanh chân ta bước đường xa ra gần dần.
Đường gần có chi mà lo. Nhưng ta chậm bước đường gần lại quá xa.
Anh em ơi hãy cố vượt lên. Lo việc nước cũng như việc nhà. Anh em
ơi hãy nhớ đừng quên. Non nước nhà đang chờ chúng ta. Đèo cao thì
mặc đèo cao. Nhanh chân leo gấp đèo cao cao mặc dèo. Đèo cao thì
mặc đèo cao. Nhưng chưa leo tới ta thời vẫn cứ leo. Đèo cao thì
mặc đèo cao. Anh em ta cố trèo lên cao đừng lùi. Đường đèo có khi hiểm
nguy. Anh em nguyền quyết một lòng chẳng thối lui...

EM HỌC TOÁN

♩=175 (Vui thích)

-Hoàng Anh Lương - Thu Hà-

Hôm qua em học toán Nhân, Ôn thêm toán Cộng và
ôn toán Trừ. Hôm nay em học toán Chia, Ôn luôn toán
Cộng toán Trừ toán Nhân. Hôm qua em cộng số 3 vô
thêm số 1 mà ra tới 10. Hôm nay em lại tính
hay, 3 thêm với 1 ra là 4 ngay. Làm trật đi con số
đầu, phải bán mất đi con trâu. Làm trật đi con số sau, Phải
bán 5 con vịt Tàu. Hôm qua em học toán Nhân. Nhân 5 với
1 mà em tính nhầm. Hôm nay em lại tính hay. 5
nhân với 1 ra là số 5. Cô khen em học tiến
mau. Thi đua hết trường thì em đứng đầu. Khi em đi
dự cấp cao. Tên em đứng hạng ngay hàng nhất trang...

EM YÊU

♩=165 Thân yêu -HoàngAnhLương-ThuHà-

0
Em yêu mẹ. Em yêu cha. Em yêu mẹ cha
Em yêu mẹ. Em yêu cha. Công ơn người nuôi
Em yêu mẹ. Em yêu cha. Em yêu bà. Em
sanh ra ta. Em yêu chị, anh, em... ta. Bao năm qua cùng sống
con bao la. Em yêu thầy. Em yêu cô. Công ơn cô thầy lớn
yêu ông ta. Em yêu cậu. Em yêu cô... Em yêu thương mợ, bác...
chung một nhà. Có ai thấy ai biết Cha Mẹ yêu thương ta?
hơn Biển Hồ. Có ai thấy ai biết Cô Thầy yêu thương ta?
yêu dượng, dì... Có ai thấy ai biết Cha Mẹ lo cho ta?
Có ai thấy ai biết Anh Chị yêu thương ta? Có ai thấy ai biết Ông
Có ai thấy ai biết bao bạn yêu thương ta? Có ai thấy ai biết bao
Có ai thấy ai biết Cô Thầy lo cho ta? Có ai thấy ai biết Ông
Bà thương yêu ta? Có ai thấy ai biết Gia Đình yêu thương ta?
người thân thương ta? Có ai thấy ai biết mọi người yêu thương ta?
Bà lo cho ta? Có ai thấy ai biết mọi người lo cho ta?
Em yêu rừng, yêu thôn trang. Em yêu đồng xanh xanh thênh thang.
Em yêu vườn em yêu hoa. Em yêu nhà Ông Cha xây ra.
Em yêu nhạc. Em yêu thơ. Em yêu bài dân ca đơn sơ.
Em yêu Trời, yêu trăng thanh. Em yêu ngôi trường với yêu bạn lành...
Em yêu làng, yêu quê hương. Yêu nông dân nghèo sống bên ruộng vườn...
Em yêu đồi. Em yêu sông. Em yêu dân Việt cháu con Lạc Hồng...

GIỜ CHƠI

♩=165 (Hớn hở)

-Hoàng Anh Lương-Thu Hà-

C F C G C
0

1/Lá la la là la là la la. Chúng ta
2/Lá la la là la là la la. Chúng ta
3/Lá la la là la là la la. Chúng ta
4/Lá la la là la là la la. Chúng ta
5/Lá la la là la là la la. Chúng ta
6/Lá la la là la là la la. Chúng ta

D7 G9 G C Em Am

cùng ra sân chơi với nhau. Bạn chơi gì? Tôi nhảy cao.
cùng ra sân chơi với nhau. Bạn chơi gì? Tôi đá banh.
cùng ra sân chơi với nhau. Bạn chơi gì? Tôi cõng thi.
cùng ra sân chơi với nhau. Bạn chơi gì? Tôi nhảy dây.
cùng ra sân chơi với nhau. Bạn chơi gì? Tôi đánh đu.
cùng ra sân chơi với nhau. Bạn chơi gì? Tôi đẩy tay.

C D7 G C F C

Tôi nhảy bao. Còn tôi ném sào. Lá la la là la là la
Tôi đánh banh. Còn tôi nhảy vành. Lá la la là la là la
Tôi bắn bi. Còn tôi bắn bì. Lá la la là la là la
Tôi kéo dây. Còn tôi nhảy dài. Lá la la là la là la
Tôi bắt u. Còn tôi nhảy trừu. Lá la la là la là la
Tôi kéo tay. Còn tôi giấu giày. Lá la la là la là la

G C C9 F G7 C6 (6)

la. Có chi vui hơn bằng Giờ Chơi................
la. Có chi vui hơn bằng Giờ Chơi................
la. Có chi vui hơn bằng Giờ Chơi................
la. Có chi vui hơn bằng Giờ Chơi................
la. Có chi vui hơn bằng Giờ Chơi................
la. Có chi vui hơn bằng Giờ Chơi................

HÁT BAI HAI BÁT

♩=150 (Vui hoạt)

-Hoàng Anh Lương-

0
Hát bai hai bát. Hát bai hai bát không
no. Còn một còn một miếng chái, kéo co kéo co vỡ
nồi. Hát bai hai bát. Ta hát ta hát cho to. Ăn
thêm ăn thêm một bát, hát cho hát cho vui nhà... Nầy
bạn nầy bạn mình ơi. Mời bạn mời bạn cùng hát. Nầy
bạn nầy bạn mình ơi. Mời bạn mời bạn cùng xơi...

HAI CON CÒ

(Khôi hài) *(Hoàng Anh Lương)*

♩=135
0
Staff-1
Con CÒ kia mầy bay quá cao. Tao có con
cá, tao đem đưa cho mầy. Con CÒ nầy, mầy
ở trên cây. Tao đón dưới gốc mầy bay lối
nào. Một con CÒ thì bay lên tầng mây.
Một con CÒ thì đậu trên cành cây...

HÁT TẶNG MỘT BÀI

-Hoàng Anh Lương-Thu Hà-

♩=140 VUI HOẠT

0
-Xin anh chị em hãy lẳng lặng chờ nghe. Hôm nay chị (Hai,Ba,Tư,Năm...) hát tặng cho một bài.
-Xin anh chị em hãy lẳng lặng ngồi nghe. Hôm nay (.......) (.........................) hát tặng cho một bài.
-"Chị"có thể đổi "Anh,Ông, Cô... Dấu nhạc SOL phải đổi ra LA.
-Anh,Ông,Cô..(Sáu, Tám, Chín...) Dấu nhạc LA,DÔ.
Xin anh chị em hãy lẳng lặng cùng nghe. Nghe hết bài ca mọi người đều vỗ tay...
Xin anh chị em hãy lẳng lặng mà nghe. Hay quá là hay mọi người đều vỗ tay...
-Chị(Sáu, Tám,Chín...) Dấu nhạc SOL, DÔ.
-Bác,Chú (Hai,Ba, Tư, Năm...) Dấunhạc DÔ,LA
-Bác,Chú(Sáu, Tám, Chín...)Dấu nhạc DÔ, DÔ...

HOAN HÔ

♩=140
(Vui hoạt)
-Hoàng Anh Lương-ThuHà-
0
Hoan hoan hô bạn hay hát. Hoan hoan hô bạn hát hay. Hoan hoan
hô bạn hay hát. Hoan hoan hô bạn hát
hay. Anh em khen vỗ vỗ tay vỗ vỗ tay.
Anh em khen vỗ vỗ tay vỗ vỗ tay...

HÒ KHOAN YÊU THƯƠNG

(Khoan thai)

-Hoàng Anh Lương-Thu Hà-

♩=120
Hò khoan khoan khoan khoan hò khoan. Hò
khoan khoan khoan khoan hò khoan. Quyết tâm cùng xây dựng quê Việt Nam ta.
Biết bao người anh hùng quên mình hy sinh.
Chiến công lừng danh thời Lê Lợi Quang Trung.
Khắp nơi người dân Việt mong ngày quang vinh.
Gái trai tài nay được dân Việt ghi công.
Nước ta ngày nay được thanh bình muôn năm...
Hò khoan khoan khoan khoan hò khoan. Hò khoan khoan khoan khoan hò
khoan. Đem máu xương ra cùng tô điểm Sơn Hà. Hò lơ hó
Mong nước ta sau này mau sớm thanh bình.
Bia đá ghi tên ngàn liệt sĩ anh hùng.
Mang chiến công oai hùng cho nước non mình.
Vang xứng danh dân tộc con cháu Tiên Rồng.
Dân chúng đang vui mừng nô nức reo hò.
lơ lắng tai nghe chúng ta đang hò lờ. Hò lơ hò lơ.
(6)

HỢP QUẦN GÂY SỨC MẠNH

-HoàngAnhLương-

♩=140 (Mạnh Dần)
0
Một hòn thì đắp chẳng nên non.
Ba hòn chụm lại, nên cồn Thái Sơn.
Một cây thì làm chẳng nên non.
Ba cây chụm lại, nên hòn núi cao... Anh
em nào. Cùng nhau nắm tay với nhau. Dô
ta nào. Mình cùng làm chung với nhau...

KHÔNG CÓ GÌ KHÓ

♩=140 (nhạc dạo)
Hoàng Anh Lương - Thu Hà.
0
QUYẾT TÂM
Không có gì khó đâu anh chị em ơi. Công việc nầy chúng ta
làm dễ như chơi. Không có gì khó đâu anh chị em ơi. Không có chi khó khăn
đâu ở trên đời. Xin chớ dừng có quên công việc hôm nay. Công việc nầy gắng công
làm tốt xong ngay. Ta quyết làm hết ngay công việc hôm nay. Ta chớ nên kéo dây
dưa tới ngày mai. Việc làm đầu tiên chỉ bằng tơ nhỏ, nhưng sau biến dần
thành sợi xích to. Có chí thì nên. Cố gắng thành công. Có công mài sắt, có ngày nên
kim. Không có gì khó đâu anh chị em ơi. Ta học và lúc ta làm nhớ đi đôi.
Không có gì khó đâu anh chị em ơi. Khi khó khăn chúng ta chăm lo trau dồi.
Không có gì khó đâu anh chị em ơi. Ta cần bền chí lo làm chớ lo chơi.
Không có gì khó đâu anh chị em ơi. Do chí ta quyết tâm thôi các bạn ơi...

KIẾN TRONG NHÀ, CÁ DƯỚI AO

- Hoàng Anh Lương -

♩=125
(Khôi hài)
0
Con kiến nầy. Mầy
ở trong nhà. Tao đóng cửa lại. Mầy
chui ra đàng nào. Con cá nầy. Mầy
ở dưới ao. Tao tát nước vào. Mầy
lội chạy trốn đâu...

KỶ NIỆM TUỔI THƠ

-Hoàng Anh Lương-Thu Hà

♩=135 (Trìu mến)
0
Hát lên đi bài hát "Tình quê
Hát lên đi bài hát "Việt Nam
hương". Ngâm lại đi lời ngâm của mẹ
ta". Ru lại đi lời ru ngủ của
hiền. Hát lên đi câu Ca
Bà. Hát lên bao câu Ca
dao mẹ hát đó. Nhớ đừng
dao trìu mến quá. Khắc vào
quên lời dạy bảo của Thầy Cô...
tìm lời dạy bảo của Mẹ Cha...

LÀM CHO XONG VIỆC

♩=145 Quyết tâm HoàngAnhLương-ThuHà.

0
Đừng ngồi chơi. Ta đừng ngồi chơi, hỡi các bạn mình ơi.
Làm đi thôi, ráng làm đi thôi vì công việc nhiều rồi. Đừng ngồi
chơi. Ta đừng ngồi chơi, hỡi các bạn mình ơi. Làm cho xong, quyết
làm cho xong ta mới về nghỉ ngơi... Trời càng nắng, ta làm thêm càng
hăng. Trời có mưa, ta vẫn say sưa làm. Dù trời nóng cũng
không có hề chi. Dù giông tố ta chớ lo sợ gì. Làm cho nhanh. Ta
làm cho nhanh, hỡi các bạn mình ơi. Làm cho nhanh, ráng làm cho
nhanh để công việc hoàn thành. Làm cho xong. Ta làm cho xong, hỡi các
bạn mình ơi. Làm cho xong, quyết làm cho xong ta mới về nghỉ ngơi...

LÊN THĂM CHÚ CUỘI

-Hoàng Anh Lương-

=120 (Vui hoạt)
0
Bắc thang lên lên đến cung mây.
Hỏi sao Cuội phải ấp cây cả đời. Cuội
nghe thấy nói vậy Cuội cười. Bởi hay nói
dối phải ngồi gốc cây... Ôi tình tính
tang tang. Cuội ngồi dưới gốc cây đa. Ôi tình tính
tang tang. Cuội ngồi dưới gốc cây đa...

Lý Con Mèo & Con Chuột

Hoàng Anh Lưỡng & Thu Hà

♩=110
Nhạc dạo.
1
TÙY Ý...
Con mèo trèo
Con mèo rình
Con mèo còn
Con mèo vừa
lên cây cau.
trên cây cau.
chưa tin đâu.ra.
quay lưng ra.
Hỏi thăm chú
Hỏi xem chú
Hỏi thêm chú
Chuột ta thấy
chuột đi đâu vắng nhà.
chuột tại sao ngủ hoài.
chuột bao lâu mới về.
vậy bèn ra đứng nhìn.
Chú
Nó
Chú
Chú

1
chuột đi chợ đàng xa.
mò vô tận ổ ngay.
chuột qua bạn cùng quê.
chuột bây giờ lặng thinh.
Mua mắm mua muối giỗ cha chú
Không thấy chuột đó. Mèo quay xuống
Ăn Tết hai tháng chuột lê gót
Khi thấy mèo vắng chuột nghinh hét
mèo. Con mèo con
liền. Con mèo con
về. Con mèo con
mừng. Con mèo con
mèo. Con mẽo con meo. Ai dạy mầy
mèo. Con mẽo con meo. Tao sợ mầy
mèo. Con mẽo con meo. Tao chuột mầy
mèo. Con mẽo con meo. Năm Mẹo phần
3
trèo mầy chẳng dạy tao...
trèo lại ổ của tao...
mèo hai đưa ky nhau...
mầy, Năm Tý phần tao...
(4)

MÁ ƠI ĐỪNG ĐÁNH CON ĐAU

=150
(Valse)
- Hoàng Anh Lương -
0
Má ơi đừng đánh con
đau. Để con bắt ốc hái
rau má nhờ. Má ơi đừng
đánh con đau. Để
con hát bội làm đào má coi...

MÂM CƠM CỦA MẸ

Thân yêu.
♩=150
HoàngAnhLưởng-ThuHà.
-Mâm cởm nóng đầy mẹ vừa bưng ra đây. Mẹ đặt mâm lên trên cái
bàn tròn nầy. Trong mâm chứa đầy toàn nhiều thức ăn ngon.
Mẹ lo chu toàn cho cha và các con. Tình mẹ thưởng con.
Cao lớn hởn non. Tình nghĩa vợ chồng. Rộng hởn biển Đông.
Mâm cởm của mẹ tỏa mùi thởm quanh đây. Cả nhà chung tối quanh cái
bàn tròn nầy. Cha luôn bắt đầu cầu nguyện trước khi ăn.
Mẹ vui hởn nhiều khi mọi người thích ăn...

MỪNG SINH NHẬT

♩=145
(Hân hoan)
HoàngAnhLương-ThuHà
0
Cùng nhau quây quần nơi đây anh em chúng ta hát ca chúc Mừng Sinh Nhật. Cùng
nhau quây quần nơi đây anh em chúng ta nô đùa quanh ánh đèn đêm. Cùng
nhau quây quần nơi đây anh em chúng ta cắt chia bánh Mừng Sinh Nhật. Cùng
nhau quây quần nơi đây anh em chúng ta cứ vui cho trọn nguyên đêm.
La la la la la. Ta múa cho nhịp nhàng. La la la la la. Ta hát theo tiếng đàn.
La la la la la. Ta chúc mừng bạn ta, ngày mai tương lai tươi sáng luôn huy hoàng. Cùng
nhau quây quần nơi đây anh em chúng ta đến ăn bánh Mừng Sinh Nhật. Cùng
nhau quây quần nơi đây anh em chúng ta múa ca theo tiếng nhạc hay. Cùng
nhau quây quần nơi đây anh em chúng ta đến xem món quà Sinh Nhật. Cùng
nhau quây quần nơi đây anh em chúng ta hát ca vui trọn đêm nay...

MỪNG TẾT TRUNG THU

-Hoàng Anh Lương-Minh Truyền-

♩=125
(Thích thú)
Nay mừng Tết Trung Thu mình vui
quá các bạn ơi. Nay ngày Tết Trung
Thu vừa về đến khắp nơi nơi.
Ta đứng quanh nắm tay chúng ta
ca ta hát bao lời. Ta nối nhau xách
theo đèn Trung Thu sáng soi đều trời...

NẮM CƠM

♩=130(Trìu mến) -Hoàng Anh Lương -Trúc Lan

0
Nhớ xưa Trời đổ mưa dầm.
Mẹ ôm con xuống dưới hầm lánh Tây.
Con buồn mẹ vất trên tay.
Nắm cơm thiu vẫn nồng say nghĩa tình...
Con ơi. Con đừng khóc nữa, thằng Tây nó
nghe, nó đi vô nhà. Con ơi con đừng khóc
nữa, thằng Tây vô nhà tìm bắt tới cha...

NĂNG TẬP THỂ THAO

♩=140 (Vui hoạt) -Hoàng Anh Lương-

0
Mỗi sáng nào em cũng đều tập thể
thao. Tập thể thao để cho da dẻ được hồng
hào. Mỗi tối nào em cũng đều tập thể thao.
Tập thể thao để cho sức khoẻ được dồi dào...
Tinh thần được minh mẫn
trong một cơ thể tráng kiện...

NẾU CÒ BẮT ĐƯỢC LƯƠN

-Hoàng Anh Lương-

♩=110
TỰ DO
0
Nếu cò mà
bắt được lươn. Thì tao sẽ nghĩ tình
thương tha mầy. Cố công điệu
nó về đây. Om lươn tao để phần
mầy chuối xanh...

NỰC CƯỜI

-Hoàng Anh Lương - Thu Hà-

♩=145
0
3
(Khôi hài)
Nực cười con chó nó lớn
Nực cười con gấu nó bé
Nực cười chim cú nó bắt
hơn con bò. Nực cười con sâu mà lại lớn hơn trâu.
hơn con rùa. Nực cười con voi mà lại bé hơn cua.
tha con cừu. Nực cười con dơi mà lại bắt tha hươu.
Ha ha ha ha ha. Ếch kia lớn hơn rồng.
Ha ha ha ha ha. Sấu kia ngắn hơn sùng.
Ha ha ha ha ha. Dế kia cắn cua đồng.
(3)
Ha ha ha ha ha. Nhái kia lớn hơn chồn...
Ha ha ha ha ha. Rắn kia ngắn hơn trùn...
Ha ha ha ha ha. Kiến kia cắn con còng...

NƯỚC NON

♩=155 (Bao la) -Hoàng Anh Lương-

0
Chim xa rừng còn thương cây nhớ
cội. Người xa người thì trôi nổi lắm nơi.
Chim xa rừng còn thương cây nhớ cội.
Người xa người thì trôi nổi lắm nơi. Nước
non là nước non trời. Ai chia được
nước. Ai dời được non...

ƠN TRỜI

=155
(Nhịp Chập chỏa)
- Hoàng Anh Lương -
0
Ơn Trời mưa nắng phải
thì. Nơi thì bừa cạn, nơi thì cày sâu. Công
lênh chẳng quản lâu lâu. Ngày nay nước
bạc, ngày sau cơm vàng. Ai
ơi nầy đừng bỏ ruộng hoang. Bao nhiêu tấc
đất tấc vàng bấy nhiêu...

Ở SAO CHO VỪA LÒNG NGƯỜI

♩=155 (NhịpChậpChỏa) - Hoàng Anh Lương -

0
Ở sao, ở sao cho vừa lòng người. Ở rộng người
cười, ở hẹp người chê. Cao thì chê ngỏng.
Thấp lại chê lùn. Béo chê, béo chê béo
trục béo tròn. Gầy chê xương sống, xương sườn phơi
ra... Là lá la la la là lá la. Là lá
la la la là lá la. Là lá la la la là lá
la. Là lá la la la là lá la...

Ô KÌA CÁC CON

♩=155 (Vui hoạt) - Hoàng Anh Lương -Thu Hà-

0
1/Kìa con Cóc ngồi bên mé bờ ao. Nó đang
2/Kìa con Kiến bò trên khắp cành hoa. Nó tha
3/Kìa con Chó nằm trong mé hàng lu. Nó đang
rình bắt con Cào Cào. Kìa con Nhái ngồi bên mé hồ
mồi mới đem về nhà. Kìa con Rắn bò trên khắp cành
rình bắt con Chuột Xù. Kìa con Ốc bò quanh khắp rào
sen. Nó bắt được một con Dế Mèn. La la la la
me. Nó bắt được một chim Chích Choè. La la la la
cây. Nó cắn nhiều đọt non lá đầy. La la la la
la. Chúng ta nhìn con Cóc kia. La la la la la. Chúng ta
la. Chúng ta nhìn con Kiến kia. La la la la la. Chúng ta
la. Chúng ta nhìn con Chó kia. La la la la la. Chúng ta
nhìn con Nhái kia. Kìa con Ếch ngồi trong mé lùm cây.
nhìn con Rắn kia. Kìa con Sấu nằm nhô cái đầu ra.
nhìn con Ốc kia. Kìa con Én lượn bay bắt mồi luôn.
Nó đang rình bắt con Bọ Rầy. Kìa con Rái nằm
Nó đang rình bắt con Kỳ Đà. Kìa con Cá nằm
Nó ăn nhiều các con Chuồn Chuồn. Kìa con Báu cùng
bên dưới cầu tre. Nó bắt được một con Cá Mè...
bên mé ruộng sâu. Nó đớp được một con Nhái Bầu...
chung với bầy con. Chúng bắt được một Heo béo tròn...
(3)

ÔNG LỮ VUI TÁNH

- Hoàng Anh Lương -

(Vui Hoạt)
♩=135
0
Staff-1
Chiều chiều ông Lữ, ông Lữ đi đăng.(Láy).
Cá tôm nhảy hết ông nhấn răng cười hoài.(Láy). Chiều
chiều ông Lữ, ông Lữ đi cày.(Láy) Trâu
mang gãy ách ông ngồi hoài khoanh tay.(Láy). (Canon).Thương
thay ông Lữ, ông Lữ không may. Trâu
mang gãy ách vẫn khoanh tay cười hoài...

ÔNG TRỜI - ÔNG TRĂNG

♩=135 (Nhịp Chập Chỏa) - Hoàng Anh Lương -

0
Ông Trăng mà bảo ông
Trời. Những người hạ giới là người như Tiên. Ông
Trời mới bảo ông Trăng. Những người hạ giới mặt nhăn như
tườu... Ông Trăng nầy. Ông Trăng xuống đây mà
xem. Những người hạ giới đẹp nào bằng Tiên. Ông
Trời ơi. Ông Trời xuống đây mà xem. Những người hạ
giới mặt không như tườu(khỉ)...

QUẠ VUI VỚI BẠN

- Hoàng Anh Lương -

♩=155 (Valse)
Chiều chiều con Quạ lợp nhà.
Chiều chiều con Quạ thổi kèn.
Con Cu chẻ lạt, con Gà đưa tranh
Con Cu đánh đờn, con Gà ngâm thơ.
Chèo Bẻo nấu cơm, nấu canh.
Chèo Bẻo bước ra múa ca.
Chìa Vôi đi chợ mua hành về
Chìa Vôi vui cười la cà ngồi
nêm... Tang tình tang tính tang
nghe... Tang tình tang tính tang
tang. Tang tỉnh tang tính tang tang...
tang. Tang tình tang tính tang tang...

RA ĐÂY XEM

-Hoàng Anh Lương-Thu Hà-

♩=140 (Valse)
Nào ra nào ra đây. Nào ra nào ra xem.
Có con CUA bò ra miệng hang. Nào ra nào ra đây.
Nào ra nào ra xem. Con CUA nó vươn lên hai càng.
Nào ra nào ra đây. Nào ra nào ra xem.
Con CUA mới bắt được con mồi. Còn đâu còn đâu xem.
Còn đâu còn đâu xem. Con CUA bò vô hang mất rồi...

RĂNG TRONG RĂNG TRẮNG

♩=130 Duyên dáng
-HoàngAnhLương-ThuHà-
Răng
em nầy. Răng em luôn luôn trong trắng. Răng em nầy. Trong
trắng như ngọc như ngà. Cười ra nầy. Cười
ra miệng duyên xinh xắn. Nhờ em nầy. Nhờ
em thường chà đánh răng... Sáng nào em cũng đánh
răng. Đánh với bàn chải, đánh bằng kem thơm...

RÙA VÀ THỎ

♩=145 (Nhanh đều)
HoàngAnhLương-ThuHà
0
Kìa ta hãy nhìn Rùa rủ Thỏ cùng chạy đua. Thỏ nghe tiếng
kêu vươn mắt trừng lên nhìn Rùa. Thỏ luôn tự hào ta chạy giỏi nào
thua. Nên chấp nhận ngay lời đề nghị của Rùa. Kìa ta hãy
nhìn Rùa chân thấp còn cõng mai. Thỏ chân rất cao, vai lớn,
mình trông thật dài. Rùa lo phận mình chân thì hơi ngắn chạy nào nhanh.
Nên nó chạy ngay từ đầu đường lúc tranh. Rùa cố gắng chạy luôn.
Thỏ ăn chơi dọc đường. Rùa cố gắng chạy mau. Thỏ không cần biết đâu.
Kìa ta hãy nhìn Rùa lên cuối đường chạy đua. Thỏ không cách
chi lo bắt kịp lên bằng Rùa. Thỏ không tự hào ta chạy giỏi nữa
đâu. Nên chấp nhận thua rồi lẩm lủi bước mau

SẤU, RẮN, CÁO... ĂN CÒ

♩=135
Valse
-Hoàng Anh Lương-Thu Hà-
0
Nhìn xem con SẤU thật to. Nhìn xem con SẤU thật to. SẤU ta ăn xong con CÒ. Nhưng bụng lại chẳng được no. SẤU nằm một mình co ro. Đi tìm mồi thêm thấy khó. SẤU ta muốn đi bắt CÒ. Nhưng nào tìm ra đàn CÒ...
Nhìn xem con RẮN thật to. Nhìn xem con RẮN thật to. RẮN ta ăn xong con CÒ. Nhưng bụng lại chẳng được no. RẮN nằm một mình co ro. Đi tìm mồi thêm thấy khó. RẮN ta muốn đi bắt CÒ. Nhưng nào tìm ra đàn CÒ...
Nhìn xem con CÁO thật to. Nhìn xem con CÁO thật to. CÁO ta ăn xong con CÒ. Nhưng bụng lại chẳng được no. CÁO nằm một mình co ro. Đi tìm mồi thêm thấy khó. CÁO ta muốn đi bắt CÒ. Nhưng nào tìm ra đàn CÒ...
(3)

TẠM BIỆT NHAU HÔM NAY

♩=110 (QuyếnLuyến)- Hoàng Anh Lương -Thu Hà-

0
-Tạm biệt nhau hôm nay. Vì ngày vui đã
-Tạm biệt nhau hôm nay. Nghẹn ngào không thể
hết. Tạm biệt nhau hôm nay. Hẹn sau ta gặp lại.
nói. Tạm biệt nhau hôm nay. Hẹn năm sau gặp lại.
Tạm biệt nhau hôm nay. Anh em còn luyến tiếc.
Tạm biệt nhau hôm nay. Anh em còn quyến luyến
Tạm biệt nhau hôm nay. Ta luôn nhớ nhau hoài...
Tạm biệt nhau hôm nay. Ta luôn nhớ nhau hoài...

TẬP BƠI

♩=130
Thích thú
HoàngAnhLương-ThuHà
-Cùng nhau cùng nhau đi
-Cùng nhau, cùng nhau đi
tắm. Mình xuống đây tập bơi với lặng. Tập
tắm. Mình xuống đây cùng bơi thử tài. Giờ
bơi, tập bơi nhanh lắm. Nào các bạn tập bơi với
đây mình bơi nhanh nhé, vì các bạn đều bơi khá
tôi. Cố lên. Cố lên. Ráng bơi để thôi nó
hay. Cố lên. Cố lên. Ráng bơi dù cho đuối
chìm. Ráng bơi. Ráng lên. Ráng bơi để thôi nó chìm..
rồi. Ráng bơi, ráng lên, ráng bơi dù cho đuối rồi...

TẬP TẦM VÔNG

♩=140 (Vui Hoạt)
- Hoàng Anh Lương -
0
Tập tầm vông tay không tay có.
3
Tập tầm vó tay có tay không. Tập tầm
vông tay không tay có. Tập tầm vó tay
3
có tay không... Tay nào có. Tay nào
không. Tay nào không. Tay nào có...

THĂM VƯỜN THÚ

- Hoàng Anh Lương -

♩=120 (Thích thú)
Nào cùng nhau đi vô xem trong vườn sở
thú thích lắm. Nhìn nhìn xa trong kia có rất nhiều con
thú đang nằm. Kìa con gấu nó đang nhìn ta. Ô kìa con
sấu nó đang bò ra. Bên hồ con rái nó đang lội
qua. Với nhiều con thú vật nhà. Nào cùng đi vô
sâu bên trong vườn sở thú mới biết, còn nhiều con anh
em chỏ có hề trông thấy bao giờ...

THẰNG CUỘI NGỒI GỐC CÂY ĐA

♩=130 (Vui Hoạt) - Hoàng Anh Lương -

A A
Thằng Cuội ngồi đùa dưới gốc cây đa.
E7 A
Để trâu ăn lúa gọi cha ời ời.
F#m
Cha còn đang đi cắt cỏ trên trời.
A F#m
Mẹ còn cưỡi ngựa đi mời ông trăng..
A A
Thằng Cuội ngồi đùa dưới gốc cây đa.
E7 A
Để trâu ăn lúa gọi cha ời ời.
F#m
Cha còn đang đi đóng cửa trên trời.
D E7 A
Mẹ còn cưỡi ngựa đi chơi cầu vòng...

THÚ ĐI CÂU

Hoàng Anh Lương - Thu Hà
Vui thú
♩=110
Còn gì bằng đâu khi ta đi câu CÁ. Thích nhất thấy con cá đang kéo căng nhợ
câu. Lần đầu mà em ra quân đi câu CÁ. CÁ kéo đứt nhợ, mất mồi, mất chì, mất
phao. Còn gì bằng đâu khi ta đi câu CÁ. Thích nhất kéo con CÁ to sắp lên trên
cầu. Rồi một lần kia em ra đi câu CÁ. CÁ lớn kéo mạnh "úi chà" mất luôn cần
câu... Ai kia có vẻ xin nhẫn ông câu. Cá ăn thì giựt để lâu mất mồi.
Còn gì bằng đâu khi ta đi câu ẾCH. Thích nhất thấy con ẾCH đang đớp ăn mồi
câu. Lần đầu mà em ra quân đi câu ẾCH. ẾCH kéo rối nhợ, mất mồi sắp bị mất
câu. Còn gì bằng đâu khi ta đi câu ẾCH. Thích nhất kéo con ẾCH to đến bên chân
cầu. Rồi một lần kia em đang câu con ẾCH. Có chú RẮN nọ ló đầu đớp ăn mồi câu...

THÚ VUI

𝅗𝅥. = 165 (VALSE)

- Hoàng Anh Lương - Thu Hà -

0
Đi soi cua đồng vui lắm.
Nhưng mà soi ếch vui hơn. Đi câu tôm
hùm vui lắm. Nhưng mà câu cá thú hơn.
Mùa xuân ta câu cá trong ao.
Mùa đông ta câu cá trong bào. Mùa thu ta câu
cá trên đồng. Mùa hè ta câu cá ngoài sông...

TÌM BẮT KIẾN, GIÁN, DẾ...

♩=135 (Vui Hoạt)
-Hoàng Anh Lương-Trúc Lan-
0
1
Bắt con KIẾN càng buộc chỉ ngang lưng.
Bắt con GIÁN vàng buộc chỉ ngang lưng.
Bắt con DẾ mèn buộc chỉ ngang lưng.
Bên thời lấy giấy, lấy giấy mà bưng. Bên thời
Bên thời lấy giấy, lấy giấy mà bưng. Bên thời
Bên thời lấy giấy, lấy giấy mà bưng. Bên thời
bôi mỡ KIẾN mừng KIẾN sang... Tình tính
bôi mỡ GIÁN mừng GIÁN sang... Tình tính
rau đắng DẾ mừng DẾ sang. Tình tính

tang tang tang tình tính tang. Tình tính
tang tang tang tình tính tang. Tình tính
tang tang tang tình tính tang. Tình tính
tang tang tang tình tính tang. Tình tính
tang tang tang tình tính tang. Tình tính
tang tang tang tình tính tang. Tình tính
tang tang tang tình tính tang. Tình tính
tang tang tang tình tính tang. Tình tính
tang tang tang tình tính tang. Tình tính
tang tang tang tình tính tang...
tang tang tang tình tính tang...
tang tang tang tình tính tang...

TIẾNG DẾ REO

♩=140 (Nhịp đều) -Hoàng Anh Lương-Lê Thương-

0
Re re re re re. Tiếng dế kêu re
Re re re re re. Tiếng dế kêu re
Re re re re re. Tiếng dế kêu re
Re re re re re. Tiếng dế kêu re
Re re re re re. Tiếng dế kêu re
re. Re re re re re. Tiếng dế kêu rè re ré.
re. Re re re re re. Tiếng dế kêu rè re ré.
re. Re re re re re. Tiếng dế kêu rè re ré.
re. Re re re re re. Tiếng dế kêu rè re ré.
re. Re re re re re. Tiếng dế kêu rè re ré.
Re re re re re. Tiếng dế kêu vang vang.
Re re re re re. Tiếng dế kêu trong sân.
Re re re re re. Tiếng dế kêu thanh thanh.
Re re re re re. Tiếng dế kêu ban mai.
Re re re re re. Dế cứ kêu không thôi.
(5)
Re re re re re. Tiếng dế kêu bên đàng...
Re re re re re. Tiếng dế kêu to dần...
Re re re re re. Tiếng dế kêu bên mành...
Re re re re re. Tiếng dế kêu kêu hoài...
Re re re re re. Dế hết kêu lên rồi...

TRĂNG THU

♩=130 (Thích thú) - Hoàng Anh Lương -Thu Hà -

0
Đêm nay ánh Trăng Thu soi về muôn lối. Từng đàn em bé
trai gái trong làng tôi. Tay các em mang đèn vàng, xanh, hồng, lam... rực
sáng. Đi khắp nơi trên đường cùng nhau vui hát reo vang.
Dưới ánh sáng Trăng rằm tháng tám Trung Thu. Thấy dáng Chú
Cuội đùa kế gốc cây Đa. Múa múa hát lên mừng ánh sáng Trăng
Thu. Nhắn với Chú Cuội về lại cùng chúng ta. Mây ơi
chớ che đi cho vàng trăng tối. Vì ngàn em bé yêu ánh Trăng Rằm
thôi. Ăn bánh Trung Thu, ngồi nhìn Trăng, nhìn sao thật thú.
Bao tháng qua trông chờ giờ đây vui với Trăng Thu...

TRÂU ƠI TA BẢO TRÂU NẦY

♩=150 (Vui tươi) - Hoàng Anh Lương -

0
Trâu ơi ta bảo trâu
nầy. Trâu ra ngoài ruộng trâu cày với ta. Cấy
cày vốn nghiệp nông gia. Ta đây trâu
đấy ai mà quản công. Bao giờ lúa tốt đơm
bông. Thì còn ngọn cỏ ngoài đồng trâu ăn...

TRỜI MƯA THÌ MẶC TRỜI MƯA

♩=140 (Hăng hái) - HOÀNG ANH LƯƠNG

0
Trời mưa thì, thì mặc trời
mưa. Nhưng chưa xong việc tôi chưa đi
về. Trời mưa thì, thì mặc trời
mưa. Tôi không có nón trời chừa tôi ra... Khi
làm thì thua mẹ thua cha. Anh em một
lứa ai mà thua ai. Trời mưa thì, thì mặc trời
mưa. Nhưng chưa xong việc tôi chưa đi về...

TRỜI SANH TRỜI NUÔI

Tùy ý
♩=130
Hoàng Anh Lương - Thu Hà
Trời sanh ra voi thì trời sanh ra cỏ. Ta đừng
Trời sanh ra dơi thì trời sanh ra muỗi. Ta đừng
đừng quá đừng quá có lo. Trời sanh ra voi thì trời sanh
buồn tủi vẫn cứ sống vui. Trời sanh ra ta và trời cho
ra cỏ. Trời không nỡ bỏ những kẻ nghèo đâu. Nhưng kiếm
muôn việc. Trời không khắc nghiệt với kẻ lười đâu. Ta có
tiền nào có khó đâu. Siêng năng chăm chỉ sang
làm thì mới có ăn, không dưng ai dễ mang
giàu đến mau. Trời sanh ra voi thì trời sanh ra cỏ.
phần tới cho. Trời sanh ra ta và trời sanh muôn loài.
Ta đừng đừng có đừng có quá lo. Trời sanh ra voi thì
Cho dù nghèo đói vẫn cứ sống thôi. Trời sanh ra dơi thì
trời sanh ra cỏ. Trời không nỡ bỏ những kẻ hiền lương...
trời sanh ra muỗi. Trời không hắt hủi những trẻ mồ côi...

TUỔI THƠ

Vui Tươi 𝅗𝅥 =130

HoàngAnhLương-ThuHà

Tuổi thơ ta lo học hành đi. Học tờ I, I
tờ tờ I. Dù cho quên đi không hề chi. Tuổi còn thơ ta
lo sợ gì. Nào hết chúng ta mau mau cùng lấy sách ra. Đọc suốt mấy
trang theo cô thầy thế mới ngoan. Rồi tiếp đến đây ta mau cùng lấy viết
thay. Làm đúng hết ngay năm ba bài toán mới hay. Một đem vô thêm
một thành hai. Cộng trừ nhơn chia hoài nào sai. Ngày mai
non sông đợi chờ ai. Đợi chờ ta khi ta thành tài...

VÀO ĐÂY NGHE

- Hoàng Anh Lương - Thu Hà -

♩=140 (Vui hoạt)
0
-Nào anh chị em ta hãy vào đây.
-Nào anh chị em ta hãy cùng nghe.
1 - Ông, Anh, Cô... (6,8,9...) : Rê Mi.
Nghe anh Hai(Ba...) kể cho nghe chuyện vui
Nghe anh Tư(Năm...) kể cho nghe chuyện vui
2 - Chị (2,3, Tư, 5...) : Si Rê.
nầy. Nào anh chị em ta hãy vào đây.
nầy. Nào anh chị em ta hãy cùng nghe.
3 - Bác, Chú... (6, 8, 9...) : Mi Mi.
Nghe đi vì câu chuyện nầy rất hay...
Nghe xong rồi chúng mình cười vỗ tay...
4 - Bác, Chú... (2,3,Tư, 5...) : Mi Rê...

VỀ THĂM TRƯỜNG CŨ

-HoàngAnhLương-ThuHà-

Valse ♩=130 (Nhạc dạo)
0
(Valse)
Rời xa quê lòng ta luôn luyến nhớ. Nhớ biết
bao những kỷ niệm thuở bé thơ. Bạn thân ơi. Về quê hương cố nhớ. Nhớ đến
thăm thầy cùng cô của chúng ta. Thương thương quá bạn bè mình. Tìm thấy
đâu tuổi học trò. Thương thương quá người dạy mình. Tìm thấy đâu kỷ niệm
xưa. Ngày mai dây về quê hương nhớ nhé. Nhớ ghé
qua trường Nguyễn Đình Chiểu Mỹ Tho. Bạn thân ơi về quê hương nhớ
nhé. Nhớ tới thăm Trường Nữ Trung Học Mỹ Tho... Bạn thân
ơi về quê hương nhớ nhé. Nhớ ghé qua Tỉnh Tiền Giang của chúng ta...

VIỆT NAM CỦA TA

- Hoàng Anh Lương -Thu Hà

♩=140 (Hùng hồn)
Việt Nam là đất nước của chúng ta. Chúng
Việt Nam là đất nước của chúng tôi. Chúng
ta không quên được nước non nhà. Việt Nam là đất
tôi không quên được nước non mình. Việt Nam là đất
nước của chúng ta. Chúng ta luôn tự hào nước ta. Việt
nước của chúng tôi. Chúng tôi luôn tự hào nước tôi. Việt
Nam có bốn ngàn năm văn hiến. Người Việt Nam là con Rồng cháu
Nam có bốn ngàn năm văn hiến. Người Việt Nam là con Rồng cháu
Tiên. Việt Nam qua bao nhiêu năm chinh chiến. Người
Tiên. Việt Nam tôi xưa kia vang tiếng súng. Người
Việt Nam vẫn là những người hiền. Việt Nam là đất
Việt Nam vốn là những người hùng. Việt Nam là đất
nước của chúng ta. Chúng ta lo xây dựng nước non nhà. Việt
nước của chúng tôi. Chúng tôi lo xây dựng nước non mình. Việt
Nam là đất nước của chúng ta. Chúng ta lo bảo vệ nước ta...
Nam là đất nước của chúng tôi. Chúng tôi luôn bảo vệ nước tôi...

VỖ TAY ĐỀU

♩=145
(Vui hoạt))
HoàngAnhLương-ThuHà
0
Vỗ tay đều lên. Vỗ tay đều lên vang vang.
Vỗ tay đều lên. Vỗ tay đều lên to hơn.
Chúng ta cùng hát cùng múa ca cho nhịp nhàng.
Chúng ta cùng hát cùng múa ca theo nhịp đờn.
Vỗ tay đều lên. Vỗ tay đều anh em ơi.
Vỗ tay đều lên. Vỗ to vỗ cho nhanh tay.
Chúng ta cùng hát, cùng cười, cùng reo vui chơi...
Ước mong ngày khác mình gặp lại như hôm nay...

VUI CA BÊN LỬA HỒNG

Trần Hữu Đức-H. Anh Lương

Vui hoạt
=130
0
Các
anh chị em cứ vào. Vào đây ta đứng cho đều nhau. Cùng
nhau ta nắm lấy tay nhau. Chúng ta nhảy chung quanh lửa hồng. Các
anh chị em chúng mình. Cùng nhau ta cho củi vào thêm. Cầu
mong cho lửa cháy nguyên đêm. Chúng ta vui ca hoài suốt đêm. Lửa hồng bừng
lên, bừng lên cháy sáng. Cháy lên sáng luôn sáng trong đêm dài.
Lửa hồng bừng lên, bừng lên cháy sáng. Nóng nung đến trong tâm hồn người
trai. Chất cho nhiều thêm củi vào. Càng khuya lửa cháy lên càng
cao. Cùng chung vui múa hát bên nhau. Chúng ta nhảy nhanh quanh lửa
hồng. Chúng ta đùa vui tới ngày. Cùng nhau ta vui vỗ đều tay. Ngày
mai tuy có cách xa nhau. Chúng ta luôn luôn còn nhớ nhau.

VUI GẶP BẠN

♩=140
(Thân ái)
- Hoàng Anh Lương - Thu Hà
Gặp nhau nơi đây mình người Việt xa nhà. Thân vui kết nhau mong
đừng khi nào cách xa. Gặp nhau hôm nay mình người Việt ly hương.
3
Vui vui xiết bao khôn lường. Nhớ đừng quên đừng
quên người bạn tôi ơi. Và nhớ mình quen mình quen nhau suốt đời.
Nhớ đừng quên rằng ta là người Việt Nam. Và nhớ đừng quên quê
hương ta Việt Nam. Ngày vui qua mau mình hẹn gặp sau này.
Tuy ta cách xa nhưng lòng ta nào cách xa. Ngày vui hôm nay giờ mình
3
tạm chia tay. Mai mai mốt ta sum vầy...

VUI HỌP MẶT

HoàngAnhLương-ThuHà

♩=140
Vui vẻ
0
Từ bao năm rồi anh em mới lui gót đến đây. Hôm nay quá
vui. Hôm nay vui quá hơn mọi ngày. Tự do nô đùa anh em
mới thân thiết với nhau. Bao năm cách xa có ngày nay được gặp mặt
(canon)
nhau. Xin chào mừng anh. Xin chào mừng chị. Anh có mạnh
không. Chị có khoẻ không. Cùng nhau quây quần anh em
nắm tay múa hát ca. Anh em chúng ta như anh
em sống chung một nhà. Dù mai sao nầy anh em có đôi lúc vắng
xa. Nhưng tim chúng ta vẫn một lòng một lòng nào xa...

VUI LỬA TRẠI

♩=145
(Vui hoạt)
Hoàng Anh Lương - Thu Hà.
0
Nào anh em đến đây ta lấy
cây chất lên cho nhiều. Châm sâu đuốc thiêng vô cho lửa tung lên cháy đều.
Nào anh em đến đây tay nắm tay đứng bao quanh vòng. Reo vui múa
ca quên bao ngày ta hằng chờ mong. Tiếng lửa tí tách reo. Lửa hồng
bừng cháy theo. Ánh lửa sáng khắp nơi. Sáng soi lên rực trời.
Nào anh em lấy cây ta chất thêm chất thêm cho đầy. Nay ta cứ
vui luôn cho trọn nguyên đêm tối này. Nào anh em vỗ tay ta hát
to hát lên vang trời. Mai đây cách xa đi mỗi người riêng về một nơi...

VUI MÚA HÁT

Vui tươi
♩=145
- Hoàng Anh Lương - Thu Hà -
0
Vui vui vui
Vui vui vui
Vui vui vui
hát cùng vui vui vui hát. Tay vỗ tay lên cùng
múa cùng vui vui vui múa. Anh đến bên tôi cùng
quá ngày hôm nay vui quá. Nay có anh em về
nhau ta hát vang. Vui vui vui hát cùng vui vui vui
nhau tay nắm tay. Vui vui vui múa cùng vui vui vui
đây vui với tôi. Vui vui vui quá ngày hôm nay vui
(3)
hát. Tay vỗ tay lên nhịp nhanh theo tiếng đàn...
múa. Ta múa ta ca đùa chơi luôn suốt ngày...
quá. Vui hết hôm nay ngày mai xa cách rồi...

VUI MÚA TÌM BẠN

♩=110 (Vui Hoạt)
-Hoàng Anh Lương-ThuHà-
0
Một, hai,
Một, hai,
Một, hai,
ba. Chúng ta cùng chung vui múa ca. Bốn, năm,
ba. Chúng ta cùng chung vui múa ca. Bốn, năm,
ba. Chúng ta cùng chung vui múa ca. Bốn, năm,
sáu. Chúng ta cùng ra múa với nhau. Bảy, tám,
sáu. Chúng ta cùng ra múa với nhau. Bảy, tám,
sáu. Chúng ta cùng ra múa với nhau. Bảy, tám,
chín. Chúng ta múa theo trưởng đoàn mình.
chín. Chúng ta múa đi tìm bạn mình.
chín. Chúng ta múa quanh bàn bạn mình.
(3)
Mười, mười một, mười hai. Chúng ta múa cho đều đều tay...
Mười, mười một, mười hai. Chúng ta múa không cần thật hay...
Mười, mười một, mười hai. Chúng ta đến bên bạn mình ngay...

VUI MỪNG ĐƯỢC GẶP BẠN

♩=165
Hoàng Anh Lương-Thu Hà
0
Vui mừng
-Vui mừng mình được gặp nhiều bạn mới quen trong hôm
-Vui mừng được gặp lại người bạn cố tri trong hôm
nay . Vui quá là vui. Chúng ta vui chơi hát ca trọn
nay . Vui quá là vui. Chúng ta vui chơi hát ca trọn
ngày . Vui mừng mình được gặp nhiều bạn
ngày . Vui mừng được gặp lại người bạn
mới quen trong hôm nay . Vui quá là vui. Chúng ta
cố tri trong hôm nay . Vui quá là vui. Chúng ta
1.
vui chơi luôn tới ngày mai...
2.
vui chơi luôn tới ngày mai...

VUI TẬP THỂ THAO

(Nhạc dạo) (Vui hoạt) -Hoàng Anh Lương-Thu Hà-

♩ =160

Mặt trời hồng vừa nhô ra, Các chim non vui
đón vui đón hót ca. Mặt trời hồng đã lên cao. Chúng ta ra sân lo
tập thể thao. Tập đều đều. Tập lâu lâu. Chúng ta vui ca
múa ca múa với nhau. Tập thường ngày. Tập chân tay. Ta nhớ luôn tập ngay
thân, cổ, đầu... Ta đưa hai tay tới thẳng ngay thẳng ngay phía trước.
Xong đưa hai tay lên thẳng tuốt thẳng tuốt trên cao. Ta đưa hai tay ngang về
phía về phía bên vai. Xong đưa hai tay xuống trở về trở về phía sau...
Tập thường ngày. Tập khoan thai Chúng ta vui ca múa ca múa mới hay.
Chạy đều đều. Chạy mau mau. Ta nhớ luôn thở ra xong hít vào...

T